பண்டாரநாயக்க முதல் ஜேவிபி வரை...

பௌத்தமும் சிங்களத் தேசியவாதமும்

க. சண்முகலிங்கம

art of socio publication
சமூகம் இயல் பதிப்பகம்

பண்டாரநாயக்க முதல்
ஜேவிபி வரை...
பௌத்தமும், சிங்களத் தேசியவாதமும்

ஆசிரியர்: கந்தையா சண்முகலிங்கம்

© கந்தையா சண்முகலிங்கம்

முதல் பதிப்பு: ஜூன் 2024
பக்கங்கள்: 152

வெளியீடு: சமூகம் இயல் பதிப்பகம்
317, பெருந்தெரு வடக்கு, ஈஸ்ட் ஹாம்,
லண்டன், ஐக்கிய ராச்சியம்
அலைபேசி: (0044) 78172 62980
மின்னஞ்சல்: eathuvarai@gmail.com

பிளாட் நம்பர் 12 ஆதம்பாக்கம், வேல் நகர்
காஞ்சிபுரம், தமிழ்நாடு – 600 088
அட்டை: ஏ.எம்.றஷ்மி – நூல் வடிவமைப்பு: சு. கதிரவன்
அச்சகம்: மணி ஆப்செட், சென்னை – 600 077
விலை: இந்தியா ₹ 220

Bandaranaike Muthal JVP Varai
Bouthamum, Singala Desiyavadhamum

Author: Kandiah Shanmugalingam

© Kandiah Shanmugalingam

First Perfect Edition: June 2024
Pages: 152

Published by Art of Socio Publication
317, High Street North, East Ham,
London, UK
Mobile: (0044) 78172 62980
Email: eathuvarai@gmail.com
Flat No 12, Adambakkam, Vel Nager
Kancheepuram, Tamil Nadu – 600 088

Cover: A.M. Rashmy – Book Design: S. Kathiravan
Printed at: Mani Offset, Chennai – 600 077

Price: India ₹ 220
ISBN: 978-81-969040-9-8

க. சண்முகலிங்கம்

1945இல் யாழ்ப்பாணத்திலுள்ள பன்னாலை கிராமத்தில் பிறந்த இவர், பேராதனைப் பல்கலைக்கழகத்தில் கற்று, 1965இல் கலைப் பட்டதாரியானார். 1971இல் இலங்கை நிர்வாக சேவைத் துறையில் இணைந்த இவர், 2004ஆம் ஆண்டு வரை முக்கிய அரச பதவிகளில் பணியாற்றினார்.

முல்லைத்தீவு மேலதிக அரசாங்க அதிபர் (1987-1989), இந்து சமய கலாசாரத்துறைப் பணிப்பாளர் (1990-1996), வடக்கு கிழக்கு மாகாண கூட்டுறவுத்துறை ஆணையாளர் (1996-1999), வடக்கு கிழக்கு மாகாண அமைச்சுகளின் செயலாளர் (1999-2002) என முப்பத்து நான்கு ஆண்டுகள் பொதுப்பணித்துறையில் இவரது சேவைக்காலம் இருந்துள்ளது.

பாடசாலைக் காலத்திலிருந்தே எழுத்தும், வாசிப்பும் மிகுந்த இவர், தனது பொதுத்துறைப் பணியின்போதும் எழுதுவதற்கும், வாசிப்பதற்கும், பல்துறை சார்ந்த தேடலுக்கும் உரையாடலுக்குமான தளங்களில் இருந்து விலகாமல் இருந்தார். 1970க்குப் பின்னான இலங்கைத் தமிழ்ச் சூழலில், சமூக விஞ்ஞான அறிவுத்துறைசார் புலமையாளர் இவர் என்பதை இவரது எழுத்துக்கள், நூல்கள் நமக்கு மெய்ப்பிக்கின்றன.

மானுடவியல், சமூகவியல், வரலாறு, அரசியல் விஞ்ஞானம் என்பன இவரது அக்கறைக்குரிய துறைகளாகும். ஆய்வுகள் சிலவற்றையும், பல கட்டுரைகளையும் ஆங்கிலத்தில் இருந்து தமிழுக்கு மொழிபெயர்த்துமுள்ளார். இத்துறைகள் சார்ந்து இவரது இருபத்து நான்கு நூல்கள் இதுவரை வெளிவந்துள்ளன. 2019 இல் இலங்கையிலிருந்து கனடாவுக்கு குடிபெயர்ந்த இவர், தொடர்ச்சியான வாசிப்பிலும் ஆய்வுகளிலும் ஈடுபட்டுள்ளார்.

பதிப்புரை

இலங்கையின் சமூக, அரசியல் வரலாற்றில் பௌத்தம், சிங்களத் தேசியவாதம் பற்றிய பல்வேறு விடயங்களில், இந்த நூல் பயனான உள்ளீட்டைக் கொண்டிருக்கிறது என்பதை, இந்த நூல் பிரதியை ஆழ வாசித்ததன் பின், வாசகர்களே உணர்வர்.

இதுவரை தமிழ்மொழி சார்ந்த வாசகர்களுக்கும், அரசியல் சமூக செயற்பாட்டாளர்களுக்கும் பௌத்தம், சிங்களத் தேசியவாதம் தொடர்பான பெருமளவிலான தமிழ்ப் பதிவுகள், கட்டுரைகள், நூல்கள் ஒருவித எதிர்நிலைப் போக்கிலிருந்துதான் பதிவு பெற்றுள்ளன.

காலனியத்துவத்திற்குப் பிந்திய இலங்கையின் சமூக அரசியல் வரலாற்றில் மேற்கிளம்பி, முரண்பாடுகளின் வழியாக ஆதிக்கம் பெற்ற சிங்களத் தேசியவாதம் x தமிழ்த்தேசியவாதம் என்கிற கருத்துநிலை மற்றும் நடைமுறை அனுபவமும் போக்குகளும் இத்தகையை எதிர்நிலை எழுத்தணுகுமுறையையும் சிந்தனைப் போக்கையும் நிலைப்படுத்தியும் ஆழமாக்கியும் வந்துள்ளதை நாம் வாசித்தும், கண்டும் வந்துள்ளோம்.

இந்த நூலின் சிறப்பம்சம் என்னவெனில், பௌத்தம், சிங்களத் தேசியவாதம் தொடர்பில் அதன் முக்கிய உள்ளடக்கத்தினையும் அடிப்படைகளையும் ஆய்வு நோக்கிலும் வரலாற்று நோக்கிலும், கற்றுக் கொள்வதற்கான பண்புகளுடனும், சமூக விஞ்ஞானத் தன்மையுடனும் நமக்கு விளக்குவதாகும். இக்கட்டுரைகளை

எழுதியவர்களினதும், இதனை தமிழுக்குக் கொணர்ந்து சேர்த்துள்ளவரினதும் முதிர்ந்த அரசியல் ஞானமும், சமூக அறிவும் மிகப் பரந்ததாக இருக்கிறது என்பதை இந்த நூலின் பக்கங்கள் நமக்கு உறுதிப்படுத்துகின்றன.

ஜேவிபியானது ஒரு குட்டி முதலாளித்துவ பண்பினைக் கொண்டதொரு அமைப்புத்தான் என்பதை ஜேவிபி பற்றிய இத்தொகுப்பில் உள்ள விரிவான கட்டுரை ஆய்வு நோக்கில் எடுத்தியம்புகிறது. இலங்கை அரசியலில் ஜேவிபியின் மூன்றாவது எழுச்சியும் முன்கையெடுப்பும் நிகழ்ந்துவரும் காலமிது. அரசியல் ரீதியாகச் சொன்னால் ஜேவிபியின் மூன்றாவது எழுச்சி இதுவென வர்ணிக்கலாம். அவர்களுடைய முதலிரண்டு காலகட்டமும் இராணுவவாதப் பண்புடனான எழுச்சியாகும். இந்த மூன்றாவது காலம் என்பது தேர்தல் முறையை முழுதாகக் கொண்டது. ஜேவிபி பற்றிய இந்த நூலில் இடம்பெற்றுள்ள மதிப்பீடானது, தமிழ்மொழி வாசகர்களுக்கு அரிய பல விடயங்களைத் தருவதுடன், மேலும் இலங்கை இடதுசாரிகள், இடதுசாரி அமைப்புகள் பற்றிய புதிய பக்கங்களையும் நமக்கு முன் வைக்கிறது.

இக்கட்டுரைகளைத் தொகுத்து நூலுருவாக்க எமக்கு வாய்ப்பினைத் தந்த க. சண்முகலிங்கம், முன்னுரையில் இத்தொகுதியின் உள்ளடக்க விடயங்களைக் கருத்திற்கொண்டு, நமது இலங்கை தமிழ்ச்சூழலின் நிலையையும் எடுத்துரைத்த கல்வியலாளர் மு. நித்தியானந்தன், பத்மநாப ஐயர், ஏ.எம். றஷ்மி, “எழுநா” ஆசிரியர் குழு, பங்களித்த அரசரட்ணம் காண்டீபன், சமூகம் இயல் பதிப்பக நண்பர்களுக்கும் நன்றி!

எம். பௌசர்
பதிப்பாளர்

சண்முகலிங்கம்:
தமிழ் அறிவுலகின் கைவிளக்கு

இரு நூற்றாண்டு கால உயர்கல்விப் புலமை மரபு கொண்ட யாழ்ப்பாணத்திலிருந்து, புகழ்மிக்க மருத்துவர்களும் பொறியியலாளர்களும் விஞ்ஞானிகளும் சட்ட மேதைகளும் கணக்காளர்களும் உயர் அரசாங்க நிர்வாகிகளும் பல்கலைக்கழகப் புலமையாளர்களும் பெருந்தொகையில் உருவானார்களெனினும், அந்த அளவிற்கு சமூக விஞ்ஞானிகளும் மானிடப் புலமைசார் அறிவு ஜீவிகளும் உருவாகவில்லை என்பது புலமை வானில் தென்படும் இருள்மேகமாகத் தெரிகிறது.

தமிழர் தாயகப் பிரதேசத்தின் சமூகவியல், கிராமியப் பொருளாதாரக் கட்டமைப்பு, சாதிய அமைப்புமுறை, திருமண முறைமைகள், காலந்தோறும் புலப்பெயர்வு, காலனிய வாழ்வியல், அரசியல் எழுச்சிகள், கருத்தாடல்கள், தமிழ்த் தேசிய எழுச்சி போன்ற பல்வேறு சமூகப் பண்புகள் குறித்து பெருமளவு புலமை ஆய்வுகள் மேற்கொள்ளப்படவில்லை. இந்த ஆய்வறிவுப் புலமையின் வெறுமை தென்னிலங்கை குறித்து வெளியாகும் புலமை ஆய்வுகளின் வெளிச்சத்தில் துலாம்பரமாகிறது.

சட்டத் துறையில் புகழ்மிக்க நீதியரசர்களாகத் திகழ்ந்த சி.நாகலிங்கம், எஸ்.சர்வானந்தா போன்றோர் குறித்தோ, ஜி.ஜி.பொன்னம்பலம், எஸ்.நடேசன் போன்ற வழக்கியல் அறிஞர்கள் குறித்தோ, தமிழ் அரசியல் தலைவர்கள் குறித்தோ ஆய்வுத்தளத்தில் எந்த விரிவான ஆவணமும் நம்மிடம் இல்லை. அவர்களின் வாழ்க்கை வரலாற்றை நுணுகி ஆராய்ந்த நூல்கள்

எவையும் இல்லை.எஸ்.டபிள்யு.ஆர்.டி.பண்டாரநாயக்க பற்றி, ஜேம்ஸ் மெனர் எழுதிய The Expedient Utopian போன்ற ஆய்வு நூல் போன்று நம் தமிழ் அரசியல் தலைவர்கள் பற்றி எந்த ஆய்வுமே செய்யப்படவில்லை.

போர்த்துக்கேயர் கால யாழ்ப்பாணம் பற்றி அறிய, போர்த்துக்கேய மொழியைப் பயின்று, ஆராய்வு மேற்கொண்ட கலாநிதி டிக்கிரி அபயசிங்க அவர்களின் Jaffna under the Portuguese என்ற நூலைத்தான் நாட வேண்டியிருக்கிறது. ஆங்காங்கே நல்லறிஞர் சிலர் நம் மத்தியில் தோன்றியபோதும், ஈழத் தமிழர் வாழ்வியல் பற்றிய ஆய்வு என்பது ஆட்புகாத அடர்காடாகவே தோற்றங் காட்டுகிறது.

சுயமொழிக்கல்வியின் பின், ஆங்கிலத்தில் வெளியாகும் நூல்களை வாசித்துக் கிரகிக்கும் ஆற்றல் நம் மாணாக்கர் மத்தியில் வளர்த்தெடுத்துச் செல்லப்படவில்லை. பல்கலைக்கழகங்களில் ஆங்கிலம் போதிக்கப்பட்டதாயினும் அப்பயிற்சியில் வெற்றி கிடைத்தது என்று கூறுவதற்கில்லை. பல்கலைக்கழக ஆங்கில போதனை ஒரு தோல்வி என்றே கூறவேண்டும்.

சிங்கள அறிஞர்களின் சிறந்த அரசியல், சமூக, பொருளாதார ஆய்வுகள் ஆங்கிலத்தில் நூல் வடிவம் பெற்றுள்ளன. தென்னிலங்கை அரசியல், அரசியல் தலைவர்கள், பௌத்தம், சிங்கள சமூகத்தின் வாழ்வியல் கோலங்கள், சிங்களத் தேசியவாதம் போன்ற பல்வேறு சமூகவியல் சார்ந்த புலமை ஆய்வுகள் தென்னிலங்கை அறிஞர்களால் தொடர்ந்து மேற்கொள்ளப்பட்டு வருகின்றன.

இலங்கையில் ஆங்கிலத்தில் கிடைக்கும் இந்த அறிவியல் கருவூலங்களைத் தமிழ் வாசகர்களுக்குத் திறந்துகாட்டும் பெரும் பணியைத் தவமே போல் செய்துவரும் யோகி க.சண்முகலிங்கம் ஆவார். அறிவுத்தேடல் கொண்ட தமிழ் வாசகர்களுக்குக் கிடைத்திருக்கும் பெரும் பொக்கிஷம் அவர். ஆழ்ந்த தேடல், அயராத வாசிப்பு, நுட்பமான கிரகிப்பு, பல்துறை ஞானம், எதனையும் சமூகத்தோடு பொருத்திப்பார்த்துப் பரிசீலிக்கும் பாங்கு என்பன சண்முகலிங்கத்தின் தனி முத்திரைகள். பேராதனைப் பல்கலைக்கழகம் உற்பவித்த ஆற்றல்மிக்க அரச நிர்வாகிகளில், அரச பணியோடு தனது சமூக விஞ்ஞான அறிவுப் புலமையையும் சேர்த்தே வளர்த்துக்கொண்ட இப்பெருமகனின்

அறிவுலகக்கொடை ஒப்பற்றது. பொருளியல் அறிஞர் குனார் மிர்தால் எழுதிய Asian Drama: An inquiry into the Poverty of Nations என்ற நூலைத் தமிழில் அறிமுகம் செய்த தினமணி ஆசிரியர் ஏ.என்.சிவராமன், ஆங்கிலத்திலிருந்து அரிய நூல்களை, கட்டுரைகளைத் தமிழில் லாவகமாகத் தரும் பேராற்றலை நான் வியந்து பார்த்திருக்கிறேன். சண்முகலிங்கம் ஈழத்தின் சிவராமன் ஆகப் போற்றத்தக்கவர். சண்முகலிங்கம் இனவரைவியல், சமூகவியல், அரசறிவியல், பொருளாதாரம், மெய்யியல் சார்ந்த பல்வேறு துறைகளில் பரந்தும் ஆழ்ந்தும் தொடர்ந்து வாசித்து வருபவர். அவர் தமிழில் தந்திருக்கும் இருபதுக்கும் அதிகமான நூல்கள் இலங்கைப் பல்கலைக்கழக மாணவர்களின் உசாத்துணை நூல்களாகச் சிறப்புப் பெறுவன. பட்டப் பின்படிப்பை மேற் கொள்ளும் தமிழ்மொழி ஆய்வாளர்களுக்கு சண்முகலிங்கத்தின் நூல்கள் இருள் வெளியில் கைவிளக்காக அறிவுப் பயணத்தில் ஒளி பாய்ச்சுகிறது.

மொழிபெயர்ப்பு என்பது ஒரு சிந்தனை முறைமையாக வகைப் படுத்தத்தக்கது. மொழிபெயர்ப்பாளர் சிருஷ்டிக் கலைஞர் ஆகி றார். தான் மொழிபெயர்த்து வழங்கும் மொழியின் செழுமைக்கு மொழிபெயர்ப்பாளரே ஊட்டம் சேர்க்கிறார். மொழிபெயர்ப்பு இல்லையானால் பல மேற்றிசைச் செல்வங்களை வாசித்துப் பயன்பெறும் நிலையை நாம் ஒருபோதும் பெற்றிருக்கமாட்டோம்.

இந்த முக்கிய அறிவுப்பின்னலின் வைரம் பாய்ந்த கண்ணியாக சண்முகலிங்கம் திகழ்கிறார். தனது மொழியாக்கத்தினை 'மீள எடுத்துச் சொல்லுதல்' என்று சண்முகலிங்கம் வரையறை செய்கிறார். சுருக்கித் தருதல், தழுவி எழுதுதல், சிக்கலான கருத்துகளை எளிமைப்படுத்திக்கூறுதல், விளக்கி உரைத்தல், இடையிடையே தனது கருத்துகளைக் கூறுதல் என்று தனது மொழியாக்கத்தின் கூறுகளை விபரிக்கிறார்.

நமது அரச கருமமொழித் திணைக்கள மொழிபெயர்ப்புகள் பல வாசகனுக்குத் தொந்தரவு தருபவை. மொழியாக்கத்திற்கு அவர்கள் கைக்கொண்ட கிரந்த எழுத்துகள் தவிர்ந்த தூய தமிழ் எழுத்துநடை, மாணாக்கருக்கு பெருஞ் சிரமத்தைத் தந்தன. அந்த மொழியாக்கங்கள் வாசகருடன் நேச உறவு கொள்ளவில்லை. மொழிபெயர்ப்பில் சிறந்த அறிஞர்கள் ஈடுபட்டனரெனினும், மொழிபெயர்ப்புகள் வரண்டதாய், வாசித்தறிய இயலாதனவாகவே அமைந்தன.

The Expedient Utopian- Bandaranaike and Ceylon என்ற தலைப்பில் ஜேம்ஸ் மெனர் எழுதிய எஸ்.டபிள்யு.ஆர்.டி. பண்டாரநாயக்க பற்றிய நூல் முன்னூற்று நாற்பது பக்கங்கள் கொண்ட முனைவர்பட்ட ஆய்வேடு. இலங்கை அரசியலில் தனி முக்கியத்துவம் வகிக்கும் எஸ்.டபிள்யு.ஆர்.டி. பண்டாரநாயக்கவின் அரசியல் வாழ்க்கை வரலாற்றை அறிமுகப்படுத்த சண்முகலிங்கம் மிகச் சிறந்த வழிமுறையைக் கையாளுகிறார். ஜேம்ஸ் மெனரின் நூலுக்கு றெஜி சிறிவர்த்தன எழுதிய விமர்சனக் கட்டுரையைத் தேர்ந்து, அதனைத் தழுவிய மொழிபெயர்ப்பாகத் தனது மொழியாக்கக் கட்டுரையைத் தருகிறார்.

ஒரு பெரிய நூலுக்கான, நீண்ட விமர்சனக் கட்டுரையை எடுத்து, அதனையும் சுருக்கமான வடிவில், இருபத்தேழு பக்கங்களுக்குள் டபிள்யு.ஆர்.டி. பண்டாரநாயக்கவின் அரசியல் வாழ்க்கையை, அவரின் பலம் பலவீனம் என்பனவற்றோடு வாசகனுக்கு எளிதாக அறிமுகப்படுத்துவதில் சண்முகலிங்கம் வெற்றி பெறுகிறார். ஜேம்ஸ் மெனரின் நூலையே வாசித்து அந்நூலின் குறை நிறைகளை நன்கு கிரகித்துக்கொண்ட உணர்வு மேலிடுகிறது. மூல நூலைத் தேடி வாசிக்கும் உந்துதலையும் ஏற்படுத்துகிறது.

ஒரு கட்டுரையை வரிக்குவரி நேரடியாக மொழிபெயர்ப்பது என்பது ஒன்று. ஒரு கட்டுரை சுயம்புவாக அமைவதில்லை. அக் கட்டுரையைப் புரிந்து கொள்ள வேறு பல தகவல்கள் தேவைப் படும். அக்கட்டுரை எழுந்த பின்னணி தெரியாமல் அக்கட்டுரை யினை வாசித்தல் தெளிவீனங்களுக்கு இட்டுச் செல்லக்கூடும். வாசகனுக்கு ஒரு விடயத்தைக் கொண்டு செல்வதில் ஏற்படக் கூடிய தடைகளை எளிதாகக் கடந்து செல்லும் நுட்பமான மொழியாக்க வழிமுறையைக் கையாளுகிறார் சண்முகலிங்கம். அவரது மொழியாக்கம் எளிமையாக அமைகிறது. வாசகனைத் தோளில் கைபோட்டு அழைத்துச் செல்லும் லாவகம் அது. குறுகிய அளவில் தனது எழுத்துப் பரப்பை வரையறுத்துக் கொள்கிறார். அசாத்தியமான பெரிய நூல்களை, மிக நுட்பமான ஆய்வேடுகளை அவர் அறிமுகம் செய்கிறார். சில நூல்களை அறிமுகப்படுத்துவதென்பது மலைப்பூட்டுவது. சண்முகலிங்கம் இந்த சவாலை எளிதாக எதிர்கொள்கிறார். அவரது பரந்த வாசிப்பும், பேசும் பொருள் குறித்த தெளிவும் அதற்குப் பெருந் துணை புரிகின்றன. நெஞ்சினில் ஒளியிருப்பதால், வார்த்தையில்,

எழுத்தில் வெளிப்படும் ஒளிச்சிதறல் அது. விரிந்த கட்டுரையினை அவர் அளவாகச் சுருக்கித் தருகிறார்; அதன் சாரத்தைச் சிந்தாமல், சிதறாமல் தரும் லாவகம் அவருடையது.

கட்டுரையைத் தழுவி எழுதும் போது, பொருளைத் தெளிவாக எடுத்துரைக்கும் வசதி ஏற்படுகிறது. அதே சமயம் மூலக் கட்டுரை ஆசிரியருக்கு நியாயம் செய்யும் பொறுப்பினையும் ஒரு கழைக் கூத்தாடியின் நிதானத்துடன் கையாளுகிறார். சிக்கலான கருத்து களை எளிமையான மொழியில் விரிவாகப் பேசவும் செய்கிறார். Jargons எதுவும் அவர் கட்டுரைகளில் காணக் கிடைப்பதில்லை. தேவையென்று கருதும் இடங்களில் சண்முகலிங்கமே தானே விளக்கமும் தருகிறார். இந்த மொழியாக்கத்தில் சண்முகலிங்கம் தேவையான சுதந்திரத்தை எடுத்துக் கொண்டிருக்கிறார். ஒரு கட்டுரையின் பின்புலத்தை contextஐ விளங்கிக் கொள்ள இது துணையாய் அமைகிறது.

சிறந்த சிங்கள அறிஞர்களின் காத்திரமான ஆக்கங்கள் மூலம் எழுபது ஆண்டு கால இலங்கை அரசியல் வரலாற்றின் பல்வேறு இழைகளை, பல அடுக்குகளை விபரிக்கிறார். இலங்கை அரசியலை நிர்ணயித்த முக்கிய போக்குகளை அதன் வரலாற்று, கருத்தியல் பின்னணியில் விபரிக்கும் சிறந்த கட்டுரைகளைக் கொண்டு இந்த நூல் அமைகிறது.

பல்கலைக்கழகம் செய்ய வேண்டிய பணியைத் தன் கரங்களில் தாங்கியிருக்கிறார் சண்முகலிங்கம். இலங்கையின் தமிழ் அறிவுப் புலத்தில் தேர்ந்த முத்துக்களைக் கொண்டு சேர்த்திருக்கிறார். ஆழ்கடலில் சுழியோடித் திரட்டிய முத்துக்கள் அவை. ஈழத் தமிழ்ப் புலமையுலகிற்கு சண்முகலிங்கம் ஆற்றியிருக்கும் பணி முன்னுதாரணமற்றது. தமிழ் அறிவுலகில் சங்கமித்திருக்கும் புதிய அருவி இது.தமிழ் வாசிப்பின் எல்லைகளை விரித்துப்போடும் சண்முகலிங்கம் அவர்களின் பணிக்கு தமிழ்கூறும் நல்லுலகம் தலைவணங்கி, வரவேற்புப் பண்பாடுகிறது. சண், வரலாற்றில் உங்கள் பெயர் வாழும்!

லண்டன் **மு. நித்தியானந்தன்**

12 மே 2024

ஆசிரியர் உரை

அண்மைக்காலத்தில் நான் எழுதிய ஐந்து கட்டுரைகளின் தொகுப்பாக இந்த நூல் அமைந்துள்ளது.

இலங்கையின் புகழ்பெற்ற சமூக விஞ்ஞானத்துறை ஆய்வாளர்களும் கல்வியலாளர்களுமான றெஜி சிறிவர்த்தன, நிர்மால் ரஞ்சித் தேவசிறி, காமினி கீரவல்ல, சரத் அமுனுகம, எச்.எல். செனவிரத்தின ஆகியோரால் ஆங்கிலத்தில் எழுதப்பட்ட கருத்தாழமிக்க ஆய்வுகளைத் தழுவி, என்னால் இக்கட்டுரைகள் இந்த சமகாலத்தில் எழுதப்பட்டமைக்கான அடிப்படைகளை பலரும் சொல்லாமலே புரிந்து கொள்வர்.

இந்தக் கட்டுரைகள் ஆங்கிலத்தில் வெளிவந்ததால் பெருமளவிலான தமிழ்மொழி வாசகர்களை, இவற்றின் கருத்துக்களும் உள்ளடக்கங்களும் சென்றுசேர வழியில்லை. இவற்றினை தமிழ்மொழி வாசகர்களுடன் பகிர்ந்து கொள்ள வேண்டும் என்கிற பேராவல்தான், இந்தப் பணியைச் செய்ய என்னைத் தூண்டியது. இப்போது இக்கட்டுரைகள் தொகுக்கப்பட்டு நூலாக வெளிவருவது, மேலும் பலரைச் சென்றடைவதற்கான வாய்ப்பினை ஏற்படுத்தி உள்ளது.

கருத்துச் செறிவுடைய இந்த ஆங்கிலக் கட்டுரைகளை, மூலத்திற்கு விசுவாசமாக இருந்து, தமிழில் “மீள எடுத்துச் சொல்லுதல்” முறையில் எழுதியுள்ளேன். மீள எடுத்துச் சொல்லுதல் என்பது, மொழிபெயர்ப்புப் பணியில் இருந்து

வேறுபட்டது. இதில் சுருக்கித் தருதல், தழுவி எழுதுதல், சிக்கலான கருத்துக்களை எளிமைப்படுத்திக் கூறுதல், விளக்கி உரைத்தல், இடையிடையே எனது கருத்துக்களைக் கூறுதல் என, இதன் உள்ளடக்கத்தினை நான் கையாண்டுள்ளேன்.

○

1926ஆம் ஆண்டு கொழும்பு மாநகரசபையின் மருதானை வட்டாரத்திற்கான வேட்பாளாராகத் தேர்தலில் போட்டியிட்டு, தொழிற்சங்க இயக்க முன்னோடியும் தொழிலாளர் தலைவருமான ஏ.ஈ. குணசிங்கவை தோற்கடித்ததன் மூலம் அரசியலரங்கிற்கு வந்த எஸ். டபிள்யூ பண்டாரநாயக்க, 1959இல் அவர் படுகொலை செய்யப்படும் வரை இலங்கை அரசியலில் ஒரு முக்கிய ஆளுமை யாக விளங்கினார். 1956இல் அவர் நாட்டின் பிரதமரானார். இலங்கை அரசியல் வரலாற்றில் திருப்புமுனையாக அமைந்த அரசியல் மாற்றங்களின் குறியீடாக அவர் இருந்தார். அவரது மறைவுடன் சடுதியாக "பண்டாரநாயக்க யுகம்" முடிவுக்கு வந்தது. ஆயினும் அவர் தொடங்கி வைத்த "பொப்பியுலிசம்" (Populism) எனும் "மக்கள்வாத அலை" தொடர்ந்தது.

1970இல் அவரது விதவை மனைவியான சிறீமாவோ பண்டாரநாயக்கவின் அரசாங்க அமைச்சரவையில், நான்கு மார்க்சிஸ்டுகள் அமைச்சர்களாகினர். "மக்கள் வாதம்", "கூட்டணி அரசியல்" (Coalition Politics) என்பனவற்றின் உச்சபட்ச அறுவடையாக பாராளுமன்றப் பாதையில் சோசலிசத்தை நிர்மாணிக்கும் செயற்திட்டம் தொடங்கப்பட்டது. இது தொடங்கப்பட்டு ஓராண்டு நிறைவுறுவதற்கிடையில், ஜேவிபி முன்னெடுத்த ஆயுதக் கிளர்ச்சி வெடித்தது. 1987–1989 கால வரையில், ரோஹண விஜேவீரவின் அவல மரணத்துடன் அவர்களது இரண்டாவது கிளர்ச்சியும் எழுச்சியும் முடிவுக்கு வந்தன.

"பண்டாரநாயக்க முதல், ஜேவிபி வரை..." என்கிற இந்தத் தொகுப்பு நூல், இலங்கை வரலாற்றில் பண்டாரநாயக்கவின் அரசியல் பிரவேசம் முதல் விஜேவீரவின் மறைவு வரையான அறுபது ஆண்டுகால அரசியல் வரலாற்றின் மிக முக்கிய பகுதிகளை எடுத்தியம்புகிறது, நுண்ணாய்வுக்குட்படுத்துகிறது.

அந்த வகையில் இலங்கையின் 1990 வரையான அதன் கடந்த கால அரசியல் போக்குகளை புரிந்து கொள்வதற்கும் மீளாய்வு செய்வதற்கும் இந்த நூல் ஒரு துணை ஆவணமாகத் திகழும் என நம்புகிறேன். எனது பங்களிப்பில் இப்படியொரு நூல் வெளிவருவதிலும், அதனைத் தமிழ்மொழி வாசகர்களுக்கு சமர்ப்பிப்பதிலும் மகிழ்ச்சி அடைகிறேன்.

இந்த நூலில் இடம்பெற்றுள்ள கட்டுரைகள், "எழுநா" இதழில் வெளிவந்தவை என்பதால் அதன் ஆசிரியர் குழுவிற்கு முதற்கண் எனது மனமார்ந்த நன்றி. இந்த நூலுக்குப் பெறுமதியான முன்னுரை தந்த அன்புக்கும் மதிப்புக்குமுரிய நண்பர் மு. நித்தியானந்தனுக்கும், இந்த நூலைப் பதிப்பிக்க அக்கறை எடுத்து பங்களித்த எம். பௌசருக்கும், "சமூகம் இயல்" பதிப்பக உறுப்பினர்களுக்கும் எனது உளமார்ந்த அன்பும் நன்றியும் உரித்தாகுக.

கனடா
26.04.2024

கந்தையா சண்முகலிங்கம்
kshanmugalingam25@gmail.com

பொருளடக்கம்

1. ஜேம்ஸ் மனர் எழுதிய எஸ்.டபிள்யூ.ஆர்.டி. பண்டாரநாயக்க அரசியல் வாழ்க்கை வரலாற்று நூல் ... 18

2. போருக்குப் பின் சிங்கள பௌத்தர்களின் உணர்வு நிலை – நூல் அறிமுகம் ... 47

3. மக்கள் விடுதலை முன்னணியின் (ஜேவிபி) – 1971 ஏப்ரல் கிளர்ச்சி ... 59

4. அரசாளும் தொழில்: மத ஒழுக்கமும் மண் பற்றும் ... 119

5. பௌத்தமும், இலங்கையின் சமூக அரசியல் மாற்றமும் ... 139

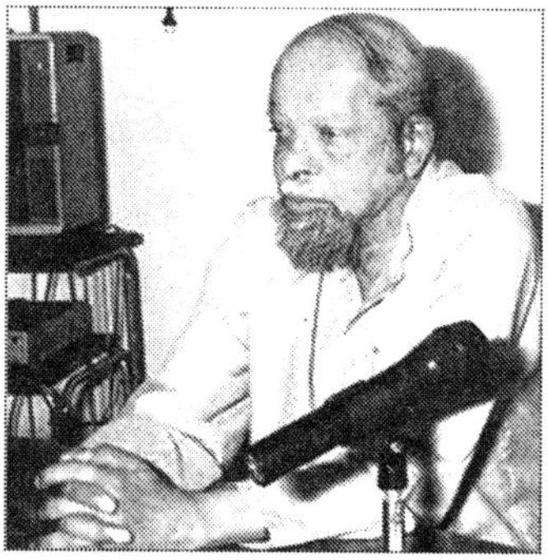

றெஜி சிறிவர்த்தன

(1922-2004)

இலங்கையின் மேற்கு மாகாணத்தின் இரத்மலானையில் மத்தியதர வர்க்கப் பின்புலத்தில் பிறந்த இவர், இலங்கைப் பல்கலைக்கழகக் கல்லூரியில் புலமைப் பரிசில் பெற்று ஆங்கில இலக்கியத்தில் பட்டம் பெற்றார். இரண்டாம் உலக யுத்தக் காலத்தில் காலனிய அரசால் தடை செய்யப்பட்ட லங்கா சமசமாஜக் (LSSP) கட்சியின் உறுப்பினராக இணைந்து தலைமறைவுச் செயற்பாட்டாளராக இருந்தார். மாணவப் பருவத்திலேயே அக்கட்சியில் உறுப்பினாரக இருந்த இவர், சில ஆண்டுகளின் பின் சமசமாஜக் கட்சியில் இருந்து விலகி, சுதந்திரமான மார்க்சிஸ்டாகவும் செயற்பாட்டாளராகவும் விளங்கினார்.

பல்துறை ஆற்றல்கள் மிக்க கலைஞராகவும் எழுத்தாளராகவும் விளங்கிய இவர், தனது வாழ்நாள் அக்கறையாக அரசியலையும், இலக்கியத்தினையும் முதன்மையானவையாகக் கொண்டிருந்தார். றெஜியின் எழுத்துகளைத் தொகுத்து இரு தொகுதிகளாக வெளியிடப்பட்ட 'Selected Writings of Regi Siriwardena" (2006) எனும் நூலில் இவரது அரசியல் இலக்கிய விமர்சனக் கட்டுரைகள் சேர்க்கப்பட்டுள்ளன. ICES நிறுவனத்தின் வெளியீடான இவ்விரு தொகுதிகளையும் ஏ.ஜே. கனகரட்ன தொகுத்துப் பதிப்பித்தார். றெஜி சிறிவர்த்தன, இலங்கை மனித உரிமைகள் இயக்கத்தினை ஸ்தாபித்து, அனைத்து மக்களினது மனித, அடிப்படை உரிமைகளுக்காகவும், இனங்களுக்கிடையிலான நல்லிணக்கத்திற்காகவும் தன் மறைவு வரைச் செயலாற்றினார். இருபதாம் நூற்றாண்டின் இலங்கையின் அரசியல், சமூக, காலசாரப் போக்குகளை றெஜியை தவிர்த்துவிட்டு ஆராய முடியாது.

க. சண்முகலிங்கம்

இவரது ஆக்கங்கள் சில வருமாறு:

புனைவுகள்:

- Waiting for the Soldier (1989)
- To the Muse of Insomnia (1990)
- Among My Souvenirs (1997)

சுயசரிதைக் குறிப்புகள்:

- Working Underground: The LSSP in Wartime (1999)

திரைக்கதை:

- Gamperaliya (1965)
- Golu Hadawatha (1969)

கட்டுரை:

- MA de Silva & Reggie Siriwardena, Communication Policies in Sri Lanka: a Study, Paris: UNESCO, 1977.
- Reggie Siriwardena, K. Indrapala, Sunil Bastian & Sepali Kottegoda, School Text Books and Communal Relations in Sri Lanka, Council for Communal Harmony Through the Media, Colombo.
- Reggie Siriwardena (Ed.), Equality and the Religious Traditions of Asia, New York: St Martin's Press, 1987.

01

ஜேம்ஸ் மனர் எழுதிய எஸ்.டபிள்யூ.ஆர்.டி. பண்டாரநாயக்க அரசியல் வாழ்க்கை வரலாற்று நூல்

Image source - www.goodreads.com

ஆங்கில மூலம்: றெஜி சிறிவர்த்தன

பிரித்தானியரான ஜேம்ஸ் மனர் (James Manor), *அரசியல், வரலாற்று அறிஞர்,* 'The Expedient Utopian: Bandaranaike and Ceylon' *என்ற நூலை எழுதி வெளியிட்டார். இந்த நூல் குறித்து நீண்ட விமர்சனக் கட்டுரையை காலம் சென்ற அறிஞர் றெஜி சிறிவர்த்தன எழுதினார். அவரது கட்டுரை* 'Thatched Patio' *என்ற ஆங்கில சஞ்சிகையில் 1990 ஜனவரி–பெப்ரவரி இதழில் பிரசுரமானது. அக் கட்டுரையைத் தழுவிய மொழிபெயர்ப்பே இது.*

அரசியல் வாழ்க்கை வரலாறு

அரசியல் வாழ்க்கை வரலாற்றை எழுதுவதென்பது ஒரு கைதேர்ந்த எழுத்தாளருக்கே வாய்க்கும் தனித்துவம் மிக்க கலை. அரசியல் வரலாற்றை எழுதப்புகும் எழுத்தாளர் / வரலாற்றாசிரியர் தாம் தேர்ந்துகொண்ட ஆளுமை ஒரு குறிப்பிட்ட காலத்தின் வரலாற்றுச் செயல்முறையில் (Historical Process) என்ன வகிபாகத்தை பெற்றார் என்பதைப் பரிசீலிப்பதற்கான முடிவை மேற்கொள்கின்றார். வரலாற்றாசிரியர் ஒருவர், தனி நபர் ஆளுமைகளுக்கு வரலாற்றில் முக்கியத்துவம் இல்லை; அத்தனிநபர்கள் ஒரு வர்க்கத்தின் பிரதிநிதியாகவோ அல்லது சமூக இயக்கங்களின் முகவர்களாகவோ செயற்படுகின்றார் என்ற கருத்தை உடையவராக இருப்பின், வாழ்க்கை வரலாறு

என்பதை எழுதுவதற்கு முன்வரமாட்டார் என்றே கருதலாம். பெருமனிதர்களே வரலாற்றை உருவாக்குகிறார்கள் என்று கருதுபவர்களாக சில வரலாற்று ஆசிரியர்கள் உள்ளனர். ஆனால் ஜேம்ஸ் மனர் அவர்கள் வெளிப்படையாகவே இக்கருத்தை நிராகரிக்கிறார். வாசகர்களாகிய நாம் ஒரு அரசியல் வாழ்க்கை வரலாற்றைப் படிக்கும் போது எதனை எதிர்பார்க்கின்றோம்? ஒரு தனிநபர் ஆளுமையின் சிறப்புப் பண்புகள் எவை? அவரின் ஆளுமையின் கூறுகளும் பலமும் பலவீனமும் எவ்வாறு வரலாற்று நிகழ்வுகளைப் பாதித்தன என்பதைத் தெரிந்துகொள்ள விரும்புகின்றோம் எனலாம்.

ஜேம்ஸ் மனர் எழுதிய நூல் அரசியல் வாழ்க்கை வரலாறு என்ற வரையறைக்குள் அமைவதாக உள்ளது. அவர் தமது நூலில் பண்டாரநாயக்கவின் தனிப்பட்ட வாழ்க்கை செய்திகள் எவையோ, அவை பற்றி மட்டுமே குறிப்பிடுகிறார். உதாரணமாக பண்டார நாயக்கவின் சகோதரிகளுக்கும் அவருக்கும் இடையிலான உறவு, அவரது மனைவியுடனும், பிள்ளைகளுடனும் அவர் கொண் டிருந்த உறவு என்பன பற்றி இந்நூல் பேசுவதைத் தவிர்த்துள்ளது.

இத் தனிப்பட்ட உறவுகளுக்கும் அவரது அரசியல் வாழ்க்கைக்கும் தொடர்பு இருக்கவில்லை என்றே ஜேம்ஸ் மனர் கருதினார் எனலாம். ஆனால் பண்டாரநாயக்கவின் பிள்ளைப் பருவ வாழ்க்கை, அவர் இளைஞனாக இருந்த காலத்து வாழ்க்கை பற்றிய விரிவான தகவல்களை மனர் தருகிறார். இளமைக்கால வாழ்வில் பண்டாரநாயக்கவின் வாழ்க்கைச் சூழலும் பின்புலமும், பிற்காலத்தில் அவரின் அரசியல் வாழ்க்கையைப் பாதிப்பதாக அமைந்தது. அவரின் ஆளுமையின் குணப் பண்புகளும் நடத்தை முறைகளும் இளமை வாழ்க்கையால் கட்டமைக்கப்பட்டவையாகும்.

இக் காரணத்தினாலேயே ஜேம்ஸ் மனர் இளமை வாழ்வின் தனிப்பட்ட கூறுகளை விபரிக்கிறார் எனலாம். பண்டார நாயக்கவின் இளமைக் காலச் சித்திரம் சிறப்பாகவே நூலில் தரப்படுகிறது. பண்டாரநாயக்கவின் சுயசரிதைப் பாங்கான குறிப்புகள், அவரது நண்பர்களதும் கூட்டாளிகளதும் நினைவுக் குறிப்புகள், பண்டாரநாயக்க குடும்பத்தின் ஆவணங்கள் என்பனவற்றை ஜேம்ஸ் மனர் நன்றாகவே பயன்படுத்தி இச் சித்திரத்தை வரைந்துள்ளார்.

பண்டாரநாயக்கவின் தந்தை சொலமன் டயஸ் பண்டார நாயக்க 'மகா முதலியார்' என்ற பதவியை வகித்தவர் என்பது நாடறிந்த செய்தி. 20ஆம் நூற்றாண்டின் முற்பகுதியில் சேர் சொலமன் டயஸ் இலங்கையில் 'முதலாவது இடத்தைபெறும் சிங்களக் கனவான்' (The first Sinhalese Gentleman) என்ற சிறப்பைப் பெற்றிருந்தார். பண்டாரநாயக்கவின் தாயார் ஒபய சேகர குடும்பத்தில் பிறந்தவர். ஒபயசேகர குடும்பம் 'சிங்கள சமூகத்தின் அதி உயர்' இடத்தில் வைக்கப்பட்டிருந்த சிறியதொரு உயர் குழாமினைச் (The Small Super-elite) சேர்ந்தது. ஆயினும் பண்டாரநாயக்க சிறுவனாகத் தலையெடுக்கத் தொடங்கிய காலத்திலேயே அவரது தாயாருக்கும், தந்தைக்கும் இடையே உறவுகள் கசப்பாகி முறிவடைந்திருந்தன. அவர்கள் இருவரும் பரஸ்பரம் மனவேற்றுமையை கொண்டிருந்தனர். பண்டார நாயக்கவின் தாயார் தனது கணவரை விடத் தமது ஒபயசேகர குடும்பம் உயர்வானது என்றும், தாம் தனது கணவரை விட அறிவில் மேம்பட்டவர் என்றும் கருதினார். கணவரை விட மனைவி அதிகம் படித்தவர் என்பது உண்மைதான். அது மட்டு மல்லாமல் 'சீமாட்டி பண்டாரநாயக்க, சேர் சொலமனை அவரது விருந்தினர்கள் முன்னிலையிலேயே கடும் சொற்களால் புண்படுத்துவதில் தயக்கம் காட்டியது கிடையாது' எனவும் ஜேம்ஸ் மனர் எழுதுகிறார்.

இத்தகைய சண்டைகளின் விளைவால் பண்டாரநாயக்க சிறு வயதாக இருந்த காலத்தில், அவரது தாயார் தனது இரு சிறு பெண்பிள்ளைகளையும் உடன் கூட்டிக் கொண்டு வீட்டை விட்டு வெளியேறிவிட்டார். சிறுவன் பண்டாரநாயக்க தனது அப்பாவுடன் தமது பரம்பரையினர் வீடான ஹொரகொல்லவில் தனிமையில் வாழ நேர்ந்தது. அதன் பின்னர் சிறுவன் பண்டாரநாயக்க எப்போதாவது இடைக்கிடை தாயாரைக் கண்டதுண்டு. அவர் வாழ்வு தாயின் தொடர்பு இன்றியே கழிந்தது. 'இளம் சொலமன் இளமையின் பெரும்பகுதியைத் தனிமையிலேயே கழித்தார். அவருக்கு பாசத்தின் நெருக்கமும் அரவணைப்பும் கிடைக்கவில்லை'. அவரது தந்தையார், சிறுவன் சொலமன் உயர்குழாத்தின் பிற குடும்பத்து சிறுவர்களோடு கூடப் பழகக்கூடாது என்ற கட்டுப்பாட்டை விதித்தமையால் சிறுவனின் தனிமை வாழ்வு மேலும் கொடுமை மிக்கதாயிற்று. சிறுவன் சொலமனிற்கு 16 வயது ஆகும் வரை பிரித்தானியர்களான

ஆசிரியர்கள், வீட்டில் வைத்தே பாடம் சொல்லிக் கொடுத்தனர். பின்னர் 16 வயதானதும் தந்தையார் அவரை புனித தோமஸ் கல்லூரியில் சேர்த்தார். அங்கே, பண்டாரநாயக்க மாணவர் விடுதியில் தங்குவதற்குப் பதிலாக, 'வார்டன்' (Warden) ஆகிய ஸ்ரோண் (Stone) வீட்டிலேயே தங்கியிருப்பதற்கு ஏற்பாடு செய்யப்பட்டது.

பண்டாரநாயக்கவின் இளமைக்கால வாழ்க்கையில் அவரது தந்தையின் ஆதிக்கத்தின் பாதிப்பு இருந்தது. இதனால் சிறுவன் பண்டாரநாயக்கவின் மனதில் தந்தை மீதான ஒரு அச்சம் உருவாகியிருந்தது. அதேவேளை அவர் தந்தையின் மீது கடும் கோபத்தையும் எதிர்ப்புணர்வையும் மனதில் மறைத்து வைத்திருந்தார். தந்தையின் ஆதிக்கத்தில் இருந்து தப்பிச் செல்வதற்கான வழி அவருக்குக் கிடைக்கவில்லை. ஆயினும் அவரது தந்தை, பண்டாரநாயக்கவின் உள்ளத்தில் ஒரு நம்பிக்கையை ஆழமாக வேரூன்றச் செய்தார். 'நான் விதிவிலக்கான ஒருவன். பிறப்பிலேயே ஒப்பற்ற எதிர்காலம் எனக்கு உள்ளது என்பது தீர்மானிக்கப்பட்டுவிட்டது' என்ற மனப்பாங்கு பண்டாரநாயக்கவின் உள்ளத்தில் உறைந்திருந்தது. அவர் பள்ளி மாணவனாக இருந்த காலத்திலேயே இப்படி எழுதினார். "என்னைச் சூழவுள்ள பிறரைவிட நான் மேலானவன் என்ற நம்பிக்கை என்னிடம் இருந்தது. எனது மேன்மையும் மாண்பும் ஒருநாள் மலரும் என்று எண்ணினேன்." ஆங்கிலத்தில் "I was brought up with the idea of greatness and superiority to others surrounding me and imbued with the notion of my greatness to come."

மேற்படி கூற்று அவர் இளமைக் காலத்தில் எழுதியது. அவருக்கு முப்பது வயதானபோது அவர் எழுதியிருப்பது அவரது வீண் தற்பெருமையை வெளிப்படுத்துவது; உண்மைக்கு மாறான பீற்றுதல்; வரட்டு பெருமை என்றே கருதத்தக்கது. (Posturing and Humourless, It is a deadly self exposure of personal vanity)

"நான் பள்ளியில் படிக்கும் போதும், ஒக்ஸ்போர்ட்டில் பட்டதாரி மாணவனாக இருந்தபோதும், இப்பொழுது பொதுவாழ்வு என்ற பரந்தவெளியில் நிற்கும் போதும், நான் செய்வதற்கு மகத்தான பணிகள் காத்துக்கிடக்கின்றன என்ற உணர்வு

பண்டாரநாயக்க தனது பெற்றோருடன்...

Image source - www.reddit.com

என்னிடம் எப்போதும் மேலோங்கி இருந்தது" என்று குறிப்பிடும் பண்டாரநாயக்க கீழ்வருமாறு தொடர்ந்து எழுதுகிறார்.

"ஆயினும் எனது அகத்தின் ஒருபகுதியில் எளிமையான வாழ்க்கை குறித்த தீவிர ஏக்கமும் இருந்தது. சில வேளைகளில் ஒரு துறவியின் அமைதியான வாழ்க்கை, அதில் அவர் அடையும் திருப்தி, கோவில் என்ற மூடுண்ட உலகத்துக்குள் அவர் அனுபவிக்கும் தனிமை என்பனவற்றை நினைத்துப் பார்ப்பேன். இன்னும் சில வேளைகளில் நான் ஒரு காட்டுவாசியின் இன்ப உலகைக் கற்பனை செய்து பார்ப்பேன். அவன் தலைக்கு மேலாக நீலவானின் கீழ் இசைபாடிப் புள்ளினங்கள் பறப்பதையும் அவனுடைய 'சோலிசுறட்டு' இல்லாத வாழ்வையும் நினைத்துப் பார்ப்பேன். அத்தோடு சாதாரண மனிதனின் வாழ்க்கையை, அவனது சின்னச் சின்னச் சந்தோஷங்கள், சிறு சிறு தொல்லைகள் என்பனவற்றோடு அவன் காலம் ஓட்டுவதை நினைத்துப் பார்ப்பேன். ஆயினும் ஐயகோ! என்னால் அத்தகைய வாழ்க்கைக்குத் திரும்பவே முடியாது."

அவர் பிரதமாராகப் பதவி வகித்தபோதும், அவர் தனது 'இன்டலெக்சுவல் மீதகைமையை' *(Intellectual Superiority)* வெளிப்படுத்தும் கூற்றுக்களைக் கூறும் வழக்கத்தைக் கொண்டிருந்தார். ஒரு தடவை தாம் பதவியிலிருந்து ஓய்வு பெற்றபின் 'போரும் வாழ்க்கையும்' *(War and Peace)* போன்றதொரு வரலாற்று நாவலை எழுதப் போவதாகக் குறிப்பிட்டார். அவரிடம் மேலோங்கியிருந்த இந்த உயர்வு மனப்பான்மைக்கு அவரைச் சூழ, அவரது வாழ்க்கையிலும் செயல்களிலும் பங்குகொண்டவர்களான அநாமோதயங்களும், அவ் எண்ணத்தை அவர் மீது பதியச் செய்வதற்கு உதவினார்கள் என்றும் கருதலாம். ஒரு தடவை பண்டாரநாயக்கவின் மந்திரிசபையைச் சேர்ந்த அமைச்சர் ஒருவர் பொதுக்கூட்டம் ஒன்றில் உரையாற்றும் போது, அறிஞர் ஒருவரின் கூற்றுக்களை மேற்கோள் காட்டி உரையாற்றிக் கொண்டிருந்தார். அப்போது அந்த மேடையில் வீற்றிருந்த பண்டாரநாயக்க ஒரு ஊடகவியலாளரைப் பார்த்து "பாருங்கள்! எனது அமைச்சர்கள் உண்மையில் புத்தகங்களை வாசிக்கிறார்கள் அல்லவா?" என்றார்.

அரசியல் மாணவர் என்ற முறையில் நாம் கவனத்தில் கொள்ள வேண்டிய முக்கிய விடயம், பண்டாரநாயக்கவின் இளமை வாழ்க்கையின் ஊடாக அவரிடத்தில் உருவான தனிநபர் நடத்தைக் கோலங்கள் பிற்காலத்தில் அரசியலில் எவ்வாறு வெளிப்பட்டது என்பதாகும்.

தந்தை – மகன் அதிகார உறவுகள் இளைய பண்டாரநாயக்கவின் மனோபாவத்தைப் பிற்காலத்தில் கட்டமைப்பதற்கு உதவியதாக மனர் குறிப்பிடுகிறார். பண்டாரநாயக்க 1925இல் ஒக்ஸ்போர்ட்டில் இருந்து திரும்பிய போது அவரது தந்தை 'வெற்றிவாகை சூடிவரும்' வீரனிற்குரிய வரவேற்பு வைபவம் ஒன்றை ஒழுங்கு செய்தார். கொழும்பு துறைமுகத்தில் அவரை வரவேற்க ஒரு பெரும் கூட்டம் கூடியது. அங்கு கூடிய உறவினர்கள் அவரைக் கிறிஸ்தவ தேவாலயத்திற்கு *(All Saints Church)* ஊர்வலமாக அழைத்துச் சென்று வழிபாடுகளைச் செய்தனர். சிலநாட்கள் கழிந்தபின் அவர் ஹொரகொல்ல வளவுத் தோட்டத்திற்கு வண்டியில் அழைத்துச் செல்லப்பட்டு, அத்தோட்டத்திலிருந்து மூன்று மைல் தூரம் வரை ஊர்வலமாக அழைத்துச் செல்லப்பட்டார். அவ்வூர்வலத்தின் முன்னால்

அலங்கரிக்கப்பட்ட யானைகள் அணிவகுத்துச் சென்றன. நடனம், இசை முதலிய கலைகளை நிகழ்த்திக் காட்டும் குழுக்கள் ஊர்வலத்தில் பின்தொடர்ந்தன. தோட்டத்தின் வாசலை நெருங்கிய போது ஒரு 'பிரம்மாண்டமான' மக்கள் கூட்டம் அவரை வரவேற்றது. அலங்காரப் பந்தல்கள் அங்கே அமைக்கப்பட்டிருந்தன. அங்கே கூடியிருந்தோர் பண்டாரநாயக்கவை தாழ்ந்து பணிந்து உபசரித்து வரவேற்றனர். அப் பகுதியின் கிராமவாசிகளின் உபசார மொழி அளவுகடந்த பணிவை வெளிப்படுத்துவதாக இருந்தது. ஹொரகொல்ல வளவு மாளிகை வீட்டின் முன்னுள்ள புற்தரையில் பல வேடிக்கை விளையாட்டுகள் இடம்பெற்றன; அருகே உள்ள பாடசாலையில் விளையாட்டுப் போட்டி நடத்தப்பட்டது. மரபுவழி நடனங்களும் வான வேடிக்கைகளும் இடம்பெற்றன. அங்கு பண்டாரநாயக்க ஏற்புரையை நிகழ்த்தும்போது பின்வருமாறு குறிப்பிட்டார். "உங்கள் மத்தியில் என்னை விதி ஒரு முக்கியமான ஆளாக முன்னிறுத்தியிருக்கின்றதென்றால், நான் உங்களின் எஜமானாக இருப்பதற்கு இங்கு வரவில்லை. நான் உங்களின் சேவகனாக இருப்பேன்" என்றார்.

இளைஞரான பண்டாரநாயக்க மக்களைப் பார்த்து 'உங்களின் சேவகனாக' இருப்பேன் என்று கூறியமை அவரின் தந்தைக்கு (உள்ளூர) விருப்பின்மையை உண்டாக்கியது. தன் மகனின் வாழ்க்கைச் செலவுக்காக தந்தை பணம் கொடுக்க முன்வந்தார். ஆனால் பண்டாரநாயக்க அதனை ஏற்க மறுத்துவிட்டு நகரத்திலுள்ள வீட்டில் குடியிருந்தார். சட்டவளவாளராக தொழில் செய்து தனது வாழ்க்கைக்கான வருமானத்தைத் தேடிக்கொள்ளத் தொடங்கினார். தனது தந்தையின் விருப்பத்திற்கு மாறாக அரசியலில் பிரவேசிக்கவும் முடிவுசெய்தார். 1926இல் கொழும்பு முனிசிப்பல் சபைத் தேர்தலின் போது மருதானை வட்டாரத்தில் ஏ.ஈ குணசிங்கவுக்கு எதிராக பண்டாரநாயக்க போட்டியிட்டார். அக்காலத்தின் பலம்மிக்க அரசியல்வாதியான ஏ.ஈ குணசிங்கவுடன் மோதுவதற்கு பண்டாரநாயக்க தனது தந்தையின் உதவியை நாடவேண்டியதாயிற்று. ஏ.ஈ.டி. சில்வா என்பவர் (இவர் பின்னர் சேர். ஏர்னஸ்ட் எனப் பட்டம் சூட்டப்பட்டு அழைக்கப்பட்டவர்) மருதானை வட்டாரப் பிரதி நிதியாக இருந்து வந்தார். தந்தை சொலமன் டயஸ் செல்வாக்கை

பரம்பரை வீடான ஹொரகொல்ல

Image source - www.reddit.com

உபயோகித்து ஏ.ஈ.டி. சில்வாவைப் போட்டியிலிருந்து விலகச் செய்தார். மருதானை வட்டாரத்தில் வாக்குப் பலம்மிக்கவர்களாய் இருந்த முஸ்லீம் சமூகத்தினரது ஆதரவைத் தன் செல்வாக்கினால் பெற்றுக்கொண்டார். இத்தேர்தலில் தொழிற்சங்கத் தலைவர் குணசிங்காவை தோற்கடித்து, பண்டார நாயக்க தெரிவானார்.

தந்தை மகன் உறவில் இங்கே தங்கியிருத்தலும் பணிந்து போதலும், பின்னர் இடையிடையே கிளர்ந்தெழுந்து போர்க்கொடி தூக்குதல் என்ற இரண்டும் மாறி மாறி இடம்பெறுவதைக் காண்கிறோம். பண்டாரநாயக்கவின் பிற்கால அரசியல் வாழ்க்கையில் அதிகாரத்தை (Authority) எதிர்கொண்டபோது இதே பாங்கிலான தங்கியிருத்தலும், கிளர்ச்சியும் (Dependence and rebellion) என்ற நடத்தை வெளிப்பட்டதை மனர் சுட்டிக்காட்டுகிறார். மனர் பண்டாரநாயக்கவின் நடத்தைக்கு அவரது அரசியல் வாழ்வில் இருந்து மூன்று நிகழ்வுகளை எடுத்துக்காட்டுகிறார்.

சட்டசபையில் (State Council) உறுப்பினராக பின்வரிசை ஆசனத்தில் இருந்த 'Backbencher' ஆன பண்டாரநாயக்க, மந்திரிசபையை முதலில் கண்டனம் செய்ய ஆரம்பித்தார்.

ஜயதிலகவிடமும் சேனநாயக்கவிடமும் இருந்து அவருக்கு முகத்தில் அடித்தாற்போல் பதில் தாக்குதல் வந்தது. இதனால் அடங்கிப்போன பண்டாரநாயக்க, மந்திரிசபைக்குப் பணிந்து போனவராகவும் மந்திரிசபைக்கு எதிராக வெளியிலிருந்துவரும் விமர்சனத்திற்குப் பதிலளிப்பவராகவும் மாறினார்.

இரண்டாம் உலகயுத்த காலத்தில் பண்டாரநாயக்க, ஆளுநர் கல்டிகொட் (Caldecott) மீது தனிப்பட்ட தாக்குதலைத் தொடுத்தார். குடிவரவு தொடர்பான பிரச்சினையில் கல்டிகொட் மந்திரிசபைக்கு ஒத்துழைப்பு வழங்கவில்லை எனக் குற்றம்சாட்டிப் பேசினார். பிரித்தானியாவின் யுத்தக் கொள்கையின் இலக்குகள் பற்றிக் கேலி செய்து பேசினார். தன் கட்டுப்பாட்டில் இருந்த உள்ளூராட்சி மன்றங்களை போர் நிதிக்குப் பங்களிப்பு செய்ய வேண்டாம் என உத்தரவிட்டார். இவற்றை அவதானித்த கல்டிகொட் “இந் நடவடிக்கைகள் உங்கள் அமைச்சுப் பதவி நிலைக்கு ஏற்றவை அல்ல; முரணானவை” எனக் குறிப்பிட்டுக் கடிதம் அனுப்பினார். தனது அமைச்சர் பதவி பறிபோகப் போகிறது, பதவி நீக்கம் நடைபெறப் போகிறது என்று அச்சம் கொண்ட பண்டாரநாயக்க பின்வாங்கிக்கொண்டார். இந்தச் சம்பவம் இன்னொரு வகையிலும் விளக்கப்படலாம். அப்போது இலங்கையில் தீவிர தேசியவாத இயக்கம் என்ற ஒன்று இருக்கவில்லை. அந்நிலையில் தமக்கு ஆதரவு தரக்கூடிய மக்கள் பலம் இல்லாத நிலையில், பின்வாங்குவதைச் சரியான வழி என அவர் நினைத்திருக்கலாம். ஆனால் இந்நிகழ்வுக்குப் பின், மந்திரிசபையில் ஆளுநரின் ஆதரவாளராக பண்டாரநாயக்க மாறினார். இவ்வாறான ‘குத்துக்கரணமடித்தல்; முதலில் கிளர்ச்சி பின்னர் பணிந்துபோதல்’ என்ற மனர் (Manor) குறிப்பிடும் நடத்தைப் பாங்குக்கு சரியான உதாரணமாக விளங்குகிறது.

சுதந்திரத்திற்குப் பின்னர், 1949 – 1951 காலத்தில் பண்டார நாயக்க மந்திரியாக இருந்தார். அப்போது பிரதமராக டி.எஸ். சேனநாயக்கவுடனான இவரது உறவுகளிலும் முதலில் கிளர்ச்சி பிறகு பணிந்துபோதல் என்ற நடத்தைப் போக்கு வெளிப்பட்டது. அக்காலத்தில் நடந்த முக்கிய சம்பவம் 1951 யூலை மாதம் அவர் இராஜினாமா செய்தமையாகும். சுதந்திரத்திற்குப் பிந்திய அமைச்சரவையில் உறுப்பினராக இருந்த பண்டாரநாயக்க பல

எஸ்.டபுள்யூ.ஆர்.டி. பண்டாரநாயக்க

Image source - nexttravelsrilanka.com

கோரிக்கைகளையும் முன்மொழிவுகளையும் ஐக்கிய தேசியக்கட்சி அமைச்சரவைக்குச் சமர்ப்பித்தார். அவற்றில் பெரும்பான்மை யானவை தேசியவாதப் பிரச்சினைகளுடன் தொடர்புடையவை யாக இருந்தன. இவரது கோரிக்கைகளை டி.எஸ். சேனநாயக்கவும் அமைச்சரவையும் நிராகரித்து வருதல் வழக்கமாயிற்று. இதனை விட பண்டாரநாயக்கவை அவமானப்படுத்த வேண்டுமென்பதற் காகவே, வேண்டுமென்றே திட்டமிட்டுச் செய்யப்பட்ட பல நிகழ்வுகளும் இடம்பெற்றன. அவ்வேளைகளில் பண்டார நாயக்கவின் கூட்டாளிகள் பலர் டி.எஸ் சேனநாயக்க குழுவின ருடன் மோதலுக்கு தயாராக முன்வந்த வேளையிலும், பண்டார நாயக்க பின்வாங்கிக்கொண்டு அமைதியானார்.

1951 யூலை மாதம் அவர் இராஜினாமாச் செய்தமை, வேறுவழி எதுவும் இல்லாத நிலையில் மேற்கொண்ட முடிவாகும். டி.எஸ் சேனநாயக்க மாற்று வழி எதனையும் வழங்கவில்லை. மனர் இவ்விடத்தில் உளவியலாளர் எரிக்சனின் உளவியல் கருத்துக்களை பயன்படுத்துகிறார் எனலாம். ஆனால் இவ்வாறு தனிமனித உளவியலைப் பயன்படுத்தி அரசியல் நடத்தையை விளக்குவதைப் பலர் ஏற்பதில்லை. மனர் தமது விளக்கத்திற்கு பண்டாரநாயக்கவின் வாய்ச் சொற்களையே ஆதாரம் காட்டுவது அவரது விளக்கத்

திற்குப் பலம் சேர்க்கிறது. 1951இல் பாராளுமன்றத்தில், தான் ஏன் இராஜினாமா செய்கிறேன் என்பதற்கான காரணங்களை பண்டாரநாயக்க தனது பேச்சின்போது குறிப்பிட்டார். அப் போது இளமையில் தனது தந்தையுடன் ஏற்பட்ட முரண்பாட்டை குறிப்பிடுகிறார். 1951இல் தாம் டி.எஸ். சேனநாயக்கவுடன் உறவை முறித்துக்கொண்டு வெளியேறியதை 1926இல் தனது தந்தையின் விருப்பத்திற்கு மாறாக அரசியலில் புகுந்ததோடு தொடர்புபடுத்திப் பேசும்போது அவர் கூறியவை;

"நான் இம் முடிவை எடுத்தபோது, என்னுடன் தனிப்பட்ட உறவுகளை வைத்திருப்பவர்களுடன் முரண்பாடு கொண்டு, நான் எவர் எவரை மனம் வருந்தச் செய்ய விரும்பமாட்டேனோ அவர்களையெல்லாம் வருந்தச் செய்யும் நிலையில் இருப்பது மட்டுமல்லாது, நான் பல தியாகங்களைச் செய்ய வேண்டி யேற்படும். பல கஷ்டங்களை அடையநேரிடும் என்பதையும் உணர்ந்துகொண்டேன். இப்போதும் அதையொத்த முடிவு ஒன்றை எடுத்திருக்கிறேன் என்பதை உணருகிறேன்." தனது இராஜினாமா பற்றித் தொடர்ந்து கூறிய அவர் "நான் என்னை வெற்றிகொண்டுவிட்டேன்" என்றும் குறிப்பிட்டார்.

அதிகாரத்தில் உள்ளவர்களையும் அதிகாரபீடங்களையும் எதிர்கொள்ளும்போது பண்டாரநாயக்கவின் மனப்பாங்கு எவ்விதமாக இருந்தது என்பதை ஆராயும்போது, அவர் தமது வாழ்வின் பிற்பகுதியில் நாட்டின் அரசாங்கத் தலைவராக (பிரதமராக) பதவிவகித்தபோது எவ்வாறு நடந்துகொண்டார் என்ற வினா எழுகிறது. இதுபற்றி நாம் குறிப்பிடுவதற்கு முன்னர் பண்டாரநாயக்கவின் அரசியல் தத்துவம் (Political Philosophy) யாது என்பது குறித்துப் பார்ப்பது அவசியமானது. அவரது அரசியல் தத்துவம் பற்றிய புரிதலுக்கு உதவக்கூடிய அவரது கூற்றுக்கள் இரண்டை எடுத்துக்காட்ட விரும்புகிறோம்.

முதலாவது கூற்று 'உண்மை' (Truth) பற்றிய அவரது கருத்து. "உண்மை பற்றிய எக்காலத்துக்கும் பொதுவான விழுமியங்கள் இருக்கலாம். ஆனால் உண்மை என்பது சார்பு நிலையானது. இன்று உண்மை என்று நாம் எதனைக் கருதுகின்றோமோ, அதுவே நேற்றும் உண்மையாக இருந்ததில்லை. நாளைக்கு உண்மையெனக் கருதப்படுவது நாம் இன்று உண்மை எனக்

கருதுவதைவிட வேறாக இருக்கலாம். ஒருவருக்கு உண்மையாகத் தோன்றுவது, இன்னொருவருக்கு உண்மையாக இருக்க வேண்டிய அவசியம் கிடையாது. பெரும்பாலும், உண்மை முழுமையாக ஒருபக்கத்திடம் இருப்பதில்லை. அது முழுமையாக இன்னொரு பக்கத்தில் இருப்பதும் இல்லை. உண்மை என்பது புதிரான ஒரு விடயம், பெரும்பாலான சந்தர்ப்பங்களில் பலவிடயங்களின் கலப்புப்பொருளாகவே அது விளங்குகிறது."

இரண்டாவது சமூகமாற்றம் பற்றிய அவரது கருத்துப் பற்றியது. இக் கருத்தை அவர் பாராளுமன்றத்தில் ஒரு உரையின் போது குறிப்பிட்டார். அவ்வேளை பண்டாரநாயக்க ஐக்கிய தேசியக் கட்சியின் முன்னிருக்கை (Front Bench) உறுப்பினராகப் பாராளுமன்றத்தில் இருந்தார். ஆகையால் அவரது உரை, தனக்கும் சேனநாயக்க அணி ஐக்கிய தேசியக் கட்சியினருக்கும் இடையிலான வேற்றுமை மட்டுமல்லாது, எதிர்க்கட்சியில் இருந்த இடதுசாரிகளுக்கும் தனக்கும் இடையிலான வேற்றுமையையும் சுட்டிக்காட்டும் முறையில் அமைந்தது.

"நான் எனது சக்திக்கு உட்பட்ட வகையில் 'நர்ஸ்' (Nurse), மருத்துவச்சி (Midwife) என்ற இருவகைப் பணிகளைச் செய்பவனாக இருக்க விரும்புகின்றேன். நான் உயிருக்காகப் போராடும் ஒருவரின் கட்டிலருகே 'நர்ஸ்' ஆக நின்று பணிசெய்ய விரும்புகிறேன். ஓர் உயிர் பிரியப்போகிறது, இறுதித் தருணம் நெருங்கிவிட்டது. ஒவ்வொரு மனிதரும் இறக்கும்போது, அந்த நிகழ்வு அமைதியானதாகவும், கௌரவிப்புக்குரியதாகவும் இருக்க வேண்டும் என்றே எதிர்பார்க்கப்படுகிறது. செயற்கையான முறையில் இறப்பைத் தடுத்து நிறுத்துவதை நினைத்துப் பார்க்கவே எனக்கு அதிர்ச்சி உண்டாகிறது. அவ்வாறே மரணம் நெருங்கி வந்துகொண்டிருக்கும் வேளையில் ஒருவரின் உயிரைச் செயற்கையான முறையில் போக்குவதும் எனக்கு அதிர்ச்சி தருவதாக இருக்கிறது."

"பிறப்பு நிகழும் வேளையில் நான் மருத்துவச்சியின் பணியை ஆற்றுவதை விரும்புவேன். பிரசவம் இயன்றளவு வலி குறைந்த தாகவும் மங்களகரமான நிகழ்வாகவும் அமைவதை நான் விரும்புவேன். கருவில் இருக்கும் குழந்தை இயல்பாகவே வெளியே வருவதற்கு முன்பே கருவிகளை உபயோகித்து

இழுத்தெடுப்பதும் ஒரு சிசுவை கருப்பையில் வைத்தே நெரித்துக் கொல்வதும் என்னால் நினைத்துப்பார்க்கவே முடியாத விடயங்கள்."

இரண்டாவதாகத் தரப்பட்ட கூற்றில் பண்டாரநாயக்க 'மருத்துவச்சி' என்ற உருவகத்தை உபயோகிக்கிறார். இவ் விடத்தில் அவர் கார்ல்மார்க்சின் புகழ்பெற்ற கூற்றை இரவல் பெற்றுக் கொள்கிறார். "Force is the midwife of every old society pregnant with the new" எனும் மார்க்சின் கூற்றின் பொருளைத் தமிழில் பின்வருமாறு கூறலாம். "பழைய சமுதாயம் ஒவ் வொன்றும் புதிய சமுதாயத்திற்கான கருவை தன் கருப்பையில் சுமந்துகொண்டே வருகிறது. கருவிலிருந்து சிசு வெளியேறும் நிலையில் பலப்பிரயோகம் என்ற மருத்துவச்சியின் சேவை அவசியமாகிறது."

மேற்படி உருவகத்தை உபயோகிக்கும் பண்டாரநாயக்க, வயிற்றில் இருக்கும் சிசுவை வெளியே எடுப்பதற்கு கருவிகளை (Forceps) உபயோகித்தல், அதாவது புரட்சி மூலம் புதிய சமூகத்தைப் பிறக்கச் செய்தலை நிராகரிக்கிறார். பழைய சமுதாயத்தின் அழிவிலும் புதிய சமுதாயத்தின் உருவாக்கத்திலும் தாம் 'நர்ஸ்', 'மருத்துவச்சி' என்ற இருவகை வகிபாகங்களையும் (Roles) ஒரே சமயத்தில் வகிக்க விரும்புவதாக கூறும் பண்டார நாயக்க, சமூகமாற்றம் என்ற செயல்முறையில் அரசியல் தலைமைத்துவம் ஆற்றவேண்டிய பணிகளின் முக்கியத்துவத்தை குறைத்துவிடுகிறார். (There is a devaluation of the tasks of political leadership) மாற்றம் ஒரு உயிரியல் செயல்முறை (Organic Process) போன்றும், அது தன்போக்கிலேயே செயற்பட்டு, தவிர்க்கமுடியாத ஒரு விடயமாக புதிய சமுதாயத்தின் தோற்றத்திற்கு வழிவிடு கின்றது என்பது போன்றும் பண்டாரநாயக்கவின் கருத்து அமைகிறது. தலைவரின் பணி புதிய சமுதாயத்தின் தோற்றத் திற்கும் மாற்றத்திற்குமான நிலைமைகளை உருவாக்கிவிடுவது மட்டுமே. அம் மாற்றம் தானாகவே இயல்பாகவும், அமைதி யாகவும் நடந்தேறிவிடுமென்றும் பண்டாரநாயக்க கருதுகிறார்.

இவ்வாறாக, சமூக மாற்றம் என்ற கருத்தாக்கத்தை வரை யறுத்துக் கொள்வதில் ஒரு சிக்கல் உள்ளது.

இந்த வரையறை;

அ. ஒரு சமூகம் அடைய வேண்டிய இலக்குகளைத் தெரிவு செய்தல் (Choice of goals)

ஆ. தெரிந்தெடுத்த இலக்குகளை நோக்கி சமூகத்தை நெறிப் படுத்தலும் வழிகாட்டுதலும் (Guidance and Direction)

ஆகிய இந்தப் பணிகளை ஆற்றும் தேவை தலைமைத்துவத்திற்கு கிடையாது என்று கூறமுனைகிறது. இதனை சமூக மாற்றம் பற்றிய கொள்கையுடன் இணைத்துப் பார்க்க வேண்டும். உண்மை எது, இதுவா? அதுவா? என்று நிச்சயமற்ற நிலையான அறியொணாக் கொள்கையை (Agnosticism) உடையவர் பண்டாரநாயக்க என்பது தெளிவானது. இந்த நிலையில் சமூக சக்திகளைத் தமது போக்கில் செயல்பட அனுமதித்து, அவை தம்போக்கில் தாமே தேர்ந்துகொண்ட பாதைகளில் செல்வதைப் பார்த்து நிற்பதைவிட தலைவனால் என்ன தான் செய்து விடமுடியும்?

சமூக மாற்றம் தொடர்பாக பண்டாரநாயக்கவின் அரசியல் நிலைப்பாடு (Political Position) ஏற்புடையதும் விரும்பத்தக்கதுமான அம்சங்களையும் கொண்டது என்பதை நாம் மறுப்பதற்கில்லை. அவரது அரசியல் தத்துவத்தை பொல்பொட் அல்லது ரோஹண விஜயவீரவின் அரசியல் மாதிரியுடன் (Political Model) ஒப்பிட்டுப் பார்க்கலாம். பிற்கூறிய இருவரும் தாம் நம்பிக்கை கொண்டிருந்த வழிமுறைகளை சமூகத்தின் மீது திணிக்க விரும்பினார்கள். ஆயின் பண்டாரநாயக்கவின் ஆட்சியில் நடந்தவை யாவை, அவர் பிரதமர் என்ற முறையில் என்ன செய்துகொண்டிருந்தார்?

2

1956ஆம் ஆண்டின் தேர்தல் வெற்றி பண்டாரநாயக்கவிற்கு நாட்டின் அரசியல் தலைமைத்துவத்தை வழங்கியது. தலைமைத்துவத்தை ஏற்றுக்கொண்ட பண்டாரநாயக்க செய்ய வேண்டிய சட்டப்படி நியாயமான (Legitimate) கடமைகள் பல

இருந்தன. இவை அவசியமான கடமைகள் ஆகவும் இருந்தன. அவற்றைச் செய்யாமல் அப் பதவிக்குரிய பொறுப்புகளை அலட்சியமாகப் புறந்தள்ளும் அவரது நடத்தை மிகவும் மோசமான பின்விளைவுகளை ஏற்படுத்தின.

நாம் இங்கு ஒவ்வொரு விடயத்தையும் விபரிக்க வேண்டிய தில்லை. பண்டாரநாயக்கவின் நடத்தை பற்றி மனர் பின்வரு மாறு கூறுகிறார். "எந்தவொரு குழுவாயினும் தேவையற்ற நியாயமற்ற கோரிக்கைகளுடன் வரும்போதெல்லாம், அவற்றுக்குச் சம்மதம் தெரிவித்துச் சலுகைகளை வழங்குவதும் விட்டுக்கொடுப்பதுமான அவரது நடத்தைப் போக்கு அதிர்ச்சி யளிப்பது. அவரின் இந்தப் பழக்கம் சிங்கள – தமிழ் இனத்துவ உறவுகள் சம்பந்தப்பட்ட விடயங்களில் பாரதூரமான விளைவு களை ஏற்படுத்தின."

1940களின் நடுப்பகுதி முதல் இலங்கையின் அரசியல் தலைவர்களிடம் சிங்களம், தமிழ் ஆகிய இருமொழிகளுக்கும் உத்தியோக மொழி என்ற அந்தஸ்து வழங்குவதில் கருத் தொற்றுமை உருவாகிக்கொண்டிருந்தது. அவ்வேளை ஐக்கிய தேசியக் கட்சியின் அமைச்சரவையில் ஒரு உறுப்பினராக இருந்த பண்டாரநாயக்க, நேர்மையாகவும் சரியாகவும் ஒரு கருத்தை எடுத்துச் சொன்னார். அதாவது சிங்களம், தமிழ் ஆகிய இரு தேசிய மொழிகளும் உத்தியோக அலுவல்களில் இடம்பிடித்துக் கொள்ள வேண்டும்; ஆங்கிலத்திற்குப் பதில் அவை அரசகரும மொழிகளாக ஆக்கப்பட வேண்டும் என்பது அவரது நிலைப் பாடாக இருந்தது.

1950களில் சிங்கள மத்திய வகுப்பினர் மத்தியில் சிங்கள மொழித் தேசியவாதம் (Linguistic Nationalism) மேற்கிளம்பியது. சிங்கள புத்திஜீவிகள் சிலரும் அதற்கு ஆதரவாகச் செயற்பட்டனர். அவ்வேளை அவர்கள் பண்டாரநாயக்க தங்கள் இயக்கத்திற்கு தலைமை வகிக்கக்கூடிய ஒருவர் என்று நினைத்துப் பார்க்கவே யில்லை. ஏனெனில் பண்டாரநாயக்க தன்னைப்பற்றி உருவாக்கி வைத்திருந்த பிம்பமும் அவரது பொதுவெளி நடத்தையும் இயல்பாகவே பண்டாரநாயக்கவின் ஆதரவைப் பெறமுடியாது என்ற எண்ணத்தை அவர்களிடம் ஏற்படுத்தியிருந்தது. சிங்கள மத்தியதர வர்க்கத் தேசியவாதிகள், சிங்களப் புத்திஜீவிகள் ஆகிய

சமூகக் குழுக்களைப் பண்டாரநாயக்க 1937 முதல் 'சிங்கள மகாசபை' ஊடாக தன்பக்கம் ஈர்த்து வைத்திருந்தார் என்பது உண்மையே ஆயினும் அவர் தனது 'ஆங்கில மயப்பட்ட உயர்குழாம் ஆளுமை' (Anglicised and Elite Personality) என்ற பிம்பத்தைப் பொதுவெளியில் காட்டிக்கொண்டார். அவரது இந்த வெளித்தோற்றத்தில் ஒரு முரண்பாடு உள்ளார்ந்து இருந்தது. வாழ்வின் இறுதிநாட்கள் வரை அவரது இம் முரண்பட்ட ஆளுமைப் பண்பு தொடர்ந்திருந்தது.

1938ஆம் ஆண்டில் பண்டாரநாயக்க தேசிய உடையை அணிந்துகொண்டு பொதுமேடையில் ஏறி ஆங்கிலேயப் பண்பாட்டு வழமைகளைக் கண்டித்துப் பேசினார், இம் மேடைப்பேச்சு நடைபெற்று இருவாரம் கழிந்தபின்னர், அவர் மேற்கத்தைய உடையணிந்துகொண்டு Greyhound Billy Micaber என்ற செல்ல நாயுடன் செல்லும் காட்சி புகைப்படமாக வெளியாயிற்று என்பதைச் சுட்டிக் காட்டுகிறார். இன்னொரு சம்பவத்தையும் மனர் குறிப்பிடுகிறார். பண்டாரநாயக்க பிரதமராகப் பதவியேற்ற பின் நடைபெற்ற வாராந்தப் பத்திரிகையாளர் மாநாட்டின்போது இடம்பெறும் காலை உணவு விருந்தில் சிங்களப் பண்பாட்டைப் புகுத்தினார். சேர். யோன் கொத்தலாவல பிரதமராக இருந்தபோது முட்டை அப்பம் காலை உணவாக வழங்கப்பட்டு வந்தது. பண்டாரநாயக்க அதற்குப் பதில் பாற்சோறு (கிரிபத்) வழங்கினார். இந்தக் குறியீட்டு வடிவிலான மாற்றத்தின் பயனை பண்டாரநாயக்க, பாற்சோறை கரண்டியால் சாப்பிடுவது மூலம் கெடுத்துக்கொண்டார் என மனர் குறிப்பிடு கிறார். மனர் கூறும் குறுங்கதைகள் முக்கியமானவை. ஆனால் அவரால் கூறப்படாத குறுங்கதை ஒன்றை நான் இவ்விடத்தில் பதிவுசெய்ய விரும்புகிறேன். 1956 இற்குப் பிந்திய ஆண்டுகளில் நான் ஊடகவியலாளராக பாராளுமன்றத்தின் பத்திரிகையாளர் கலரியில் இருந்தபோது நான் நேரடியான கண்ட, கேட்ட விடயத்தையே இங்கு கூறுகிறேன்.

ஒருநாள் பிரதமர் பண்டாரநாயக்கவிற்கும் றொபர்ட் குணவர்த்தனவிற்கும் இடையே காரசாரமான விவாதம் நடந்துகொண்டிருந்தது. அந்த விவாதம் ஆங்கில மொழியில் நடந்துகொண்டிருந்தது. ஒரு கட்டத்தில் றொபேர்ட் குணவர்த்தன இலக்கண வழுவுடைய செம்மையற்ற ஆங்கிலத்தில் சில

வசனங்களைப் பேசிவிட்டார். பண்டாரநாயக்க றொபர்ட் குணவர்த்தன மீது நாணிக் குறுகச் செய்யும் கேலியான பார்வையைச் செலுத்தியவாறு பின்வருமாறு கூறினார்.

"ஏன் உங்களுக்குத் தெரிந்த புரியக்கூடிய மொழியிலிலேயே பேசக்கூடாது? சிங்களத்தில் பேசுங்கள்!" *(Why don't you speak a language you understand? Speak sinhalese.)*

பண்டாரநாயக்க பேசிய தொனி, சிங்கள மொழியானது சமூகத்தின் கீழ்த்தட்டு மக்களுக்கு ஏற்ற மொழி என்ற கருத்தை சந்தேகத்திற்கு இடமற்ற முறையில் வெளிப்படுத்தியது. பிரதமர் தனது தவறை பின்னர் உணர்ந்தார் போலும். 'ஹன்சார்ட்' பத்திரிகை வெளியான போது அவரின் இந்த இகழ்ச்சி மொழிகள் அதில் காணப்படவில்லை.

1955இல் சிங்களத் தேசியவாதிகளுக்கு தமக்குத் தலைமை வழங்கக்கூடிய கவர்ச்சி ஆளுமைமிக்க தலைவர் தேவைப் பட்டது. அப்போது அவர்களின் முதலாவது தெரிவாக பண்டாரநாயக்க இருக்கவில்லை. அத் தேசியவாதிகள் டட்லி சேனநாயக்கவையே முதலில் தேர்ந்துகொண்டனர். டட்லி சேனநாயக்க அவர்களின் கோரிக்கைகளுக்கு செவிசாய்க்க மறுத்த பின்னரே சிறீலங்கா சுதந்திரக் கட்சியிடம் சென்றனர். சிங்களத் தேசியவாதிகளின் கோரிக்கைகளை ஏற்றுக்கொண்டு சிறீலங்கா சுதந்திரக்கட்சி மொழிக்கொள்கை தொடர்பாக 1955 செப்டம்பர் மாதம் தீர்மானம் ஒன்றை நிறைவேற்றியது. அந்தத் தீர்மான வரைவை எழுதித் தயாரித்த பண்டாரநாயக்க, தமிழுக்கு பிரதேசமொழி என்ற அந்தஸ்தை வழங்கும் முறையில் அதனை எழுதினார். அத் தீர்மானம் இவ்வாறு அமைந்தது.

"எல்லா நீதிமன்றுகளிலும் அரசாங்க அலுவலகங்களிலும் உள்ளூராட்சி சபைகளிலும் சிங்களம் உத்தியோக அலுவல் மொழியாக இருத்தல் வேண்டும். வடக்கு கிழக்கு மாகாணங்கள் இதற்கு விதிவிலக்காக அமைதல் வேண்டும். அம் மாகாணங் களில் உத்தியோக அலுவல் மொழி தமிழாக இருத்தல் வேண்டும்."

அமுக்கக் குழுக்களின் (Pressure Groups) அழுத்தங்களுக்கு வளைந்து கொடுப்பதை வழக்கமாக கொண்டிருந்த பண்டார

நாயக்க இனவாதக் கோரிக்கையான 'சிங்களம் மட்டும்' கோரிக்கையை ஏற்றுச் செயற்பட்டார். அவருடைய விட்டுக் கொடுப்புகளில் மிகவும் வெட்கக் கேடானதும், இறுதியாகவும் அமைந்தது பண்டாரநாயக்க – செல்வநாயகம் ஒப்பந்தத்தை செல்லுபடியற்றதாக்கியமை ஆகும். தனது றொஸ்மீட் பிளேஸ் இல்லத்தின் முன்பாக தரையில் அமர்ந்து சத்தியாக்கிரகம் செய்த பிக்குகளின் கோரிக்கைக்கு இணங்கி வெட்கப்பட வேண்டிய இச் செயலைச் செய்தார். இவ்விடத்தில் மனர் *(Manor)* அவர்களின் கூற்றை மேற்கோள் காட்ட விரும்புகிறேன்.

"பண்டாரநாயக்க – செல்வநாயகம் ஒப்பந்தம் வலிதற்ற தாக்கப்பட்டுவிட்டது என்று வானொலி மூலம் அறிவிப்புச் செய்தார். பின்னர் அவர் வீடு திரும்பி தாம் செய்த அறிவித்தல் பற்றி அவர்களுக்கு எடுத்துக் கூறினார். ஆனால் பிக்குகள் அந்த அறிவிப்புப் பற்றி எழுத்தில் தரும்படி கேட்டனர். எழுத்தில் தரவேண்டிய அவசியமில்லை எனக் கூறி அவர்கள் கோரிக்கையைப் பண்டாரநாயக்க நிராகரித்தார். ஆயினும் பிக்குகள் விடாது அக் கோரிக்கையில் உறுதியாக நின்றனர். இறுதியில் பண்டாரநாயக்க அதற்குச் சம்மதித்தார். அத்தோடு நிறுத்திவிடாது பிக்குகளின் தலைவர் பண்டாரநாயக்கவை மேலும் அவமானப்படுத்தினார். சமஷ்டிக் கட்சியை தடைசெய்ய வேண்டும், ஆர்ப்பாட்டங்களில் ஈடுபடும் தமிழ்த் தோட்டத் தொழிலாளர்களை இந்தியாவிற்கு திருப்பி அனுப்ப வேண்டும், அரசாங்க உத்தியோகத்தர்கள் உபயோகிக்கும் உத்தியோக முத்திரைகளில் (Official Stamp) தமிழ் எழுத்துக்கள் நீக்கப்பட வேண்டும் ஆகிய கோரிக்கைகளை முன்வைத்தனர். இந்த மூன்றில் இறுதியாகக் குறிப்பிட்ட கோரிக்கையை மட்டும் நிறைவேற்றும் அதிகாரம் தம்மிடம் உள்ளது எனக் கூறிய பிரதமர், அதனை நிறைவேற்றுவதற்கு உறுதியளித்தார்."

ஜேம்ஸ் மனர் தமது நூலிற்கு *'The Expedient Utopian'* எனத் தலைப்பிட்டுள்ளார் (தமிழில் இதனைச் சந்தர்ப்ப சூழ்நிலைக்கு ஏற்றவகையில் செயற்படும் இலட்சியவாதி என்ற நீண்ட தொடரால் மொழிபெயர்த்துக் கொள்ளலாம்). பண்டாரநாயக்க ஒரு இலட்சியவாதி, பூரணமான கற்பனா உலகம் 'உட்டோப்பிய' மலரவேண்டும் என்ற இலட்சியமுடையவர். ஆயினும் தம்

இலட்சியங்களுக்கு முரணான அறநெறிக்கு ஒவ்வாத செயல்களையும் செய்பவர். அவரிடம் தாராண்மைவாதம், இலட்சிய வாதம் என்ற இரண்டும் கலந்த சிந்தனை இருந்தது. அரசியல் தேவைகள் எழும்போதெல்லாம் அவர் தனது தாராளவாத, இலட்சியக் கொள்கைகளை விட்டுக்கொடுத்தார். அவரது இச் சந்தர்ப்பவாதப் போக்கை நாம் மேலே குறிப்பிட்ட அவரது அரசியல் தத்துவத்துடன் (Political Philosophy) இணைத்துப் புரிந்துகொள்ளவேண்டும். பண்டாரநாயக்கவின் அரசியல் தத்துவமாக மக்கள் வாதம் (Populism) அமைந்தது. வெகுஜனங்கள் அழுத்தங்களைப் பிரயோகிக்கும்போது, அந்த அழுத்தங்களுக்குப் பணிந்து விட்டுக்கொடுத்தல் வேண்டும்; அதிகாரத்தில் உள்ளவர்கள் சனங்களின் சக்தியின் முன் பணிந்து போகவேண்டும் என்ற கருத்துக்குச் சார்பானதாக அவரது சிந்தனை அமைந்தது.

பண்டாரநாயக்கவிற்குப் பின்னாக உள்ள 30 ஆண்டு காலத்தில் (1959 – 1989) இலங்கையில் பலாத்கார வன்முறைகள் தொடர்ச்சியாக நடந்து, பேரழிவுகளை ஏற்படுத்தி வந்துள்ளன. இவற்றுக்கெல்லாம் பண்டாரநாயக்க எந்தளவுக்குப் பொறுப்பை ஏற்க வேண்டியவர்? சுதந்திரத்திற்குப் பிற்பட்ட காலத்தில் சிங்களவர், தமிழர் என்ற இரு இனக்குழுக்கள் மத்தியிலும் இனத்துவ உணர்வு மேற்கிளம்பியதும், அதனால் முரண்பாடுகள் கூர்மையடைந்தமையும் நிதர்சனமான உண்மையாகும். இவ்வாறான போக்கால் மோதல்நிலை (Conflict) ஏற்படுதல் உள்ளார்ந்த ஒரு செயல்முறையாக இருந்துள்ளது. ஆனால் இந்த முரண்பாடுகள் தீவிரம் பெறாமல் தவிர்க்கப்பட்டிருக்கலாம். அதிகாரத்தில் இருந்த அரசியல்வாதிகள் தேசியவாத சக்திகளை உள்ளீர்த்து சமரசம் செய்துவைக்கும் தொலைநோக்குடைய நடவடிக்கைகளை மேற்கொண்டிருக்க வேண்டும். குறிப்பாக உத்தியோக அலுவல்களில் தேசிய மொழிகளை (சிங்களமும் தமிழும்) புகுத்தும் மாற்றம், சுதந்திரத்திற்கு 5 ஆண்டுகளுக்கு முன்னர் யாவராலும் ஏற்கப்பட்ட கொள்கையாக இருந்தது. இக் கொள்கையை அதிகாரத்திற்கு வந்த அரசியல்வாதிகள் நேர்மையோடு நிறைவேற்றத் தவறினார்கள்.

ஐக்கிய தேசியக் கட்சித் தலைமை குறுகிய நோக்கம் கொண்டதாய் இருந்தது. அவர்களது உயர் வர்க்கச் சார்பும்,

பண்டாரநாயக்க செல்வநாயகம் அவர்களுடன்

Image source - www.tamilguardian.com

பண்பாட்டு மதிப்பீடுகளும் அவர்களைச் சரியான திசையில் பயணிக்க அனுமதிக்கவில்லை. பண்டாரநாயக்க ஐக்கிய தேசியக் கட்சியில் இருந்து வெளியேற்றப்படாதிருந்தால், தேசிய வாத அழுத்தங்கள் தணிக்கப்பட்டிருக்கலாம். பிரதமர் டி.எஸ். சேனநாயக்க 1952இல் இறந்தபோது, பண்டாரநாயக்க பிரதம ராகப் பதவி ஏற்றிருப்பார். அவர் கட்சியில் இருந்து வெளியேற்றப் பட்டதால் இது நடைபெறவில்லை. ஐக்கிய தேசியக் கட்சிக்குள் இருந்தவாறு அவர் தலைமைத்துவத்தை ஏற்றிருந்தால் அவரது தாராண்மைவாதக் கொள்கைகள் நடைமுறைக்கு உட்படுத்தப் பட்டிருத்தல் கூடும்.

மேற்குறித்தபடி 'இப்படி நடந்திருந்தால்' எனப் பல 'ஆல்'களை வைத்துக்கொண்டு வரலாற்றை மதிப்பீடு செய்தல் பயனற்றது. ஆகையால் ஜேம்ஸ் மனர் கூறுவது போல், இலங்கை எதிர்கொண்ட பேரழிவுக்கான பொறுப்பு பண்டாரநாயக்கவிற்கு உரியது என்பதை நான் ஏற்கவேண்டியவனாக உள்ளேன். பண்டாரநாயக்க செய்தவையும் அவர் பொறுப்பற்ற முறையில் செய்யாமல் விட்டவையும் எமது சமூகத்திற்கு பேரழிவுகளை

கொண்டுவந்தன. பண்டாரநாயக்கவின் ஆளுமைக் குறைபாடுகள் அவரது தவறான நடத்தைகளுக்குக் காரணமாயின. அவர் தலைமைத்துவத்தின் வகிபாகம் (Role of Leadership) பற்றிக் கொண்டிருந்த தவறான எண்ணங்கள், பல பொறுப்பற்ற செயல்களை அவர் செய்யக் காரணமாயின. தலைவர் ஒருவர் செய்ய வேண்டியவற்றைச் செய்யாமல் விடுவதற்கும் அவை காரணமாயின.

ஜேம்ஸ் மனர், பண்டாரநாயக்கவின் ஆளுமையை உருவாக்குவதிலும் அவரது நடத்தையை தீர்மானிப்பதிலும் பங்குகொண்ட பண்பாட்டு அம்சம் ஒன்றைக் குறிப்பிடவில்லை. அதனை நான் குறிப்பிட விரும்புகிறேன். பண்டாரநாயக்க சிங்கள பௌத்த தேசியவாத உணர்வுகளைக் கொண்ட சமூகக் குழுக்களை தூண்டிவிட்டு அக் குழுக்களை அரசியல் அணிதிரட்டலுக்கு உபயோகித்தார். ஆயினும் தாம் அக் குழுக்களுக்கு ஓர் அந்நியன் (Outsider) என்னும் உணர்வு அவரிடம் தீவிரமாக வளர்ந்திருந்தது. அவர் ஆங்கில மயப்படுத்தப்பட்ட பிரபுக்குலத்தின் (Anglicised Aristocrats) குலக்கொழுந்தாக தான் எஞ்சியுள்ளேன் என்பதை நன்கு அறிந்திருந்தார். தான் பிறப்பில் கிறிஸ்தவர் என்பதும் அவரை உறுத்திக்கொண்டிருந்தது. இந்த நிலையில் மக்கள் தன்னைச் சிங்கள நலன்களுக்கு எதிராகத் துரோகம் செய்யக் கூடியவர் என்று கருதலாம் என்பதை உணர்ந்திருந்தார். அவர் சிங்கள நலன்களுக்கு மாறானவர் என்ற கறையை அவர் மீது பூசும் பிரச்சாரம் சிங்களத் தீவிரவாதிகளால் பல தடவைகள் நடத்தப்பட்டதும் உண்மை. இதனால் அவரிடம் ஒரு பண்பாட்டுப் பாதுகாப்பின்மை உணர்வு (Cultural Insecurity) இருந்து வந்தது. தாமே தூண்டி வளர்த்துவிட்ட சக்திகள் தம்மீதே பாயலாம் ("வளர்த்த கடா மார்பில் பாய்வது போல்") என்ற அச்சவுணர்வும், தம்மை அச் சக்திகள் மிரட்டலாம் என்ற பாதுகாப்பற்ற உணர்வும் அவரிடம் இருந்து வந்தது. இல்லா விடின் தன்னைப் பாதுகாத்துக் கொள்வதற்காகத் தாராண்மை வாதக் கொள்கைகளை அலட்சியப் பாவனையுடன் தூக்கி வீசியிருப்பாரா? தானே வளர்த்துவிட்ட சக்திகளின் அழுத்தங்களுக்குப் பணிந்து போயிருப்பாரா?

அவரது றொஸ்மீட் பிளேஸ் இல்லத்தில் குழுமிய பிக்குகளுக்கு அவர் அடிபணிந்துபோன சம்பவத்தை மேலே குறிப்பிட்டோம்.

தற்போது பிறிதொரு சம்பவத்தை நான் இங்கே எடுத்துக்காட்ட விரும்புகிறேன். இச்சம்பவம் ஜேம்ஸ் மனரால் குறிப்பிடப்படாதது என்பதையும் தெரிவிக்க விரும்புகிறேன். 'சிங்களம் மட்டும்' சட்ட மசோதா கொண்டுவரப்பட்ட சந்தர்ப்பத்தில் சமஷ்டிக் கட்சி யினர், காலி முகத்திடலில் சத்தியாக்கிரகம் செய்தனர். அமைதியான முறையில் சத்தியாக்கிரகம் செய்தவர்கள் மீது அப்போது தாக்குதல் நடத்தப்பட்டது. அமைதியான முறையில் எதிர்ப்பை வெளியிட்ட தமிழர்கள் மீது மேற்கொண்ட இத் தாக்குதல் சம்பவம் பற்றி நேரில் கண்ட சாட்சியாக உள்ள ஊடகவியலாளர்கள் தரும் தகவல்களைக் கொண்டு இதனை விபரிக்கவுள்ளேன்.

இந்த ஊடகவியலாளர் கூறும் சான்றுகளை நான் நம்பு கின்றேன். சத்தியாக்கிரகிகளை தாக்கிய காடையர்களுக்கு சத்தியாக்கிரகிகள் திருப்பித் தாக்கமாட்டார்கள் என்பது கூடிய தென்பை அளித்தது. அவர்கள் பலரை அருகேயிருந்து பெய்ரா வாய்க்காலுக்குள் தூக்கி வீசினர். அவர்களுள் சிலர் சத்தியாக்கிரகிகள் மீது மூத்திரம் பெய்தனர். ஆயினும் சிறிது நேரத்தின் பின்னர் பொலிசார் அவ்விடத்திற்கு வந்து சேர்ந்தனர். பொலிசார் தமது தற்துணிவின் அடிப்படையில் அமைதியைப் பேணும் நோக்குடன் அவ்விடத்துக்கு வந்ததும் காடையர்கள் பின்வாங்கிச் சென்றனர். அவ்வேளை பாராளுமன்றத்தின் வாசற்படிகளால் பிரதமர் இறங்கி வந்தார் எனவும், அவ் விடத்துக்கு வந்த பிரதமர் பொலிஸ் குழுவின் தலைவரான உத்தியோகத்தரை தம்மிடம் வருமாறு அழைத்தார் எனவும் நேரில் கண்ட சாட்சியான ஊடகவியலாளர் கூறுகிறார். அந்த உத்தியோகத்தர் பிரதமருடன் உரையாடிய பின் திரும்பிச் சென்று தமது ஏனைய உத்தியோகத்தர்களையும் வண்டியில் ஏற்றிக்கொண்டு அவ்விடத்தைவிட்டு நீங்கிய உடனே காடையர்கள் மீண்டும் அவ்விடத்துக்கு வந்து தாக்குதலைத் தொடர்ந்தனர்.

இங்கே நியாயமான ஊகம் ஒன்று எழுகிறது. பிரதமர் பொலிசாரை அவ்விடத்தைவிட்டு போய்விடும்படி உத்தர விட்டார் என்பதே அவ் ஊகம். சத்தியாக்கிரகிகளைக் காடை யர்கள் தாக்கியமை, பொலிசார் வந்ததும் அவ்விடத்தைவிட்டு ஓடியமை ஆகிய சம்பவங்கள் வரையான நிகழ்வுகளுக்கு என்னிடம் நிறைய ஆதாரங்கள் உள்ளன. அவை பற்றிப் பலரும்

பண்டாரநாயக்க முதல் ஜேவிபி வரை...

உறுதிப்படுத்தியுள்ளார்கள். அதற்குப் பிந்திய கதைக்கு ஊடக வியலாளரான நண்பரையே சாட்சியமாகக் கொள்கிறேன்.

பல ஆண்டுகள் கழிந்த பின் குறித்த பொலிஸ் உத்தியோகத்தர் "உமது ஆட்களைக் கூட்டிக்கொண்டு இவ்விடத்தைவிட்டு போய்விடுங்கள்" என்ற உத்தரவு விடுக்கப்பட்ட உண்மையை எனது நண்பரான ஊடகவியலாளருக்கு உறுதிப்படுத்தினார். குறித்த உத்தியோகத்தர் பொலிஸ் தலைமை அலுவலகத்திற்குத் திருப்பிச் சென்றார். மாலையானதும் பொலிஸ் மா அதிபர் (IGP) குறித்த உத்தியோகத்தரை தம்மிடம் வரும்படி அழைத்தாராம். காலிமுகத்திடலுக்குத் திரும்பிப் போகும்படி பிரதமர் கேட்டிருப்பதாக பொலிஸ்மா அதிபர் கூறினாராம் (பிரதமருக்கு பயம் பிடித்துவிட்டது போலும்). குறித்த உத்தியோகத்தர் "நான் அங்கு போனபோது பிரதமர் அவர்களே இவ்விடத்தைவிட்டுப் போகும்படி எனக்குக் கட்டளையிட்டார். ஆகையால் என்னால் இப்போது அவ்விடத்துக்குப் போக முடியாது" என்று கூறினாராம். அவ்வாறு கூறிய பின்னர் அந்த உத்தியோகத்தர் பதவி இராஜி னாமாக் கடிதத்தை எழுதிச் சமர்ப்பித்துவிட்டு நாட்டைவிட்டு வெளியேறினார் (பிறநாடு ஒன்றிற்கு குடியேறியாகப் போனார்).

பண்டாரநாயக்க இச்சம்பவத்தின் போது நடந்துகொண்ட விதம் ஆச்சரியத்தைத் தருவதாக உள்ளது. ஏனெனில் பண்டார நாயக்க தனது அரசியல் எதிரிகள் மீது பழிவாங்கும் குணம் உடையவரல்ல. அவர் எதிர்க்கட்சியில் இருந்தபோது லேக்ஹவுஸ் பத்திரிகைகள் அவரைக் கேவலப்படுத்திச் சாடின. அவர் பிரதமரான போது, அப் பத்திரிகைகள் அவரது அரசாங்கத்தைக் கவிழ்ப்பதற்கு முயற்சித்தன. ஆனால் பண்டாரநாயக்க லேக்ஹவுஸ் பத்திரிகைகளைத் தேசியமயமாக்கும் எண்ணத்தைக் கொண் டிருக்கவில்லை. அவரது கட்சியின் பின் இருக்கை உறுப்பினர் களில் ஒருவர் லேக்ஹவுஸ் பத்திரிகைகளை தேசியமயமாக்க வேண்டும் என்று ஆலோசனை வழங்கியபோதும் பண்டாரநாயக்க அதனை நிராகரித்தார். பின்னர் அவரின் விதவை மனைவி அப் பத்திரிகைகளை தேசிய மயமாக்கினார். அவர் இறப்புக்குப் பின் நிகழ்ந்த இப் பழிவாங்கும் செயலை பண்டாரநாயக்க ஏற்றுக்கொண்டிருக்க மாட்டார் என்றே ஜேம்ஸ் மனர் ஊகம் தெரிவிக்கின்றார். தனது எதிரியும் தன்னால் தேர்தலில்

தோற்கடிக்கப்பட்டவருமான சேர்.யோன் கொத்தலாவலவிற்கு பிரதமர் பண்டாரநாயக்க செய்த உதவியொன்றைப் பற்றியும் ஜேம்ஸ் மனர் குறிப்பிடுகிறார். இங்கிலாந்தில் 'Kent' என்ற இடத்தில் பண்ணை மாளிகை ஒன்றைக் கொள்வனவு செய்து அங்கு போய்க் குடியேற விரும்பிய கொத்தலாவலவிற்கு, 'நாணயப் பரிமாற்றுக் கட்டுப்பாட்டு பிரமாணங்களை வளைந்து கொடுக்கச் செய்து' பண்டாரநாயக்க உதவினார் என ஜேம்ஸ் மனர் குறிப்பிடுகிறார். இவ்வாறு இருக்க, தமிழ்ச் சத்தியாக் கிரகிகள் விடயத்தில் பண்டாரநாயக்கவின் நடத்தை அதிர்ச்சி யளிப்பதாகவே உள்ளது. சிங்கள இனவாத வன்முறையாளர் களின் நம்பிக்கைக்குரிய ஒருவராகத் தான் இருக்கவேண்டும் எனப் பண்டாரநாயக்க விரும்பியதே இதற்கான காரணம் என நான் கருதுகிறேன். இது போன்ற தருணங்களில் அவர் தனது தாராண்மைவாதத்தை மட்டுமல்ல, ஒரு அரசாங்கத்தின் தலைவர் என்ற முறையில் சரியானதான ஒழுக்க நடத்தை விதிகள் எவையோ அவற்றையும் கைவிடத் தயாராக இருந்தார் எனக் கருதத் தோன்றுகிறது.

தனிநபர் உளவியல், அரசியல் நடத்தை என்ற இரண்டிற்கும் இடையிலான தொடர்பை விளக்குவதற்கு கிறிஸ்தவராக இருந்த அவர் பௌத்தத்திற்கு மாறியதை உதாரணமாக எடுத்துக் கொள்ளலாம். அவரது மதமாற்றத்தை சந்தர்ப்பவாதம் என்று கூறுவதற்கும், அவரைக் குற்றம் சுமத்துவதற்கும் ஜேம்ஸ் மனர் தயாராக இருந்தபோதும் அவர் பண்டாரநாயக்கவை 'டொனமூர் பௌத்தர்' என குறிப்பிடாமைக்கான விளக்கம் தமிழ் வாசகர்களுக்கு அவசியமானது.

1931ஆம் ஆண்டில் டொனமூர் அரசியல் யாப்பு நடை முறைக்கு வந்தது. அதன்படி 21 வயதுக்கு மேற்பட்ட ஆண் – பெண் அனைவருக்கும் வாக்குரிமை வழங்கப்பட்டது. அதுவரை காலமும் ஆளுநர் நியமனம், மட்டுப்படுத்தப்பட்ட வாக்காளர் களின் படித்த, சொத்துரிமையுள்ள ஆண்களின் வாக்குகளால் தெரிவு செய்யப்படல் என்ற இருவழிகளில் சட்டசபை உறுப் புரிமையை பெறக்கூடிய வாய்ப்பை அனுபவித்த அரசியல் வாதிகள், சர்வசன வாக்குரிமையால் தங்கள் அரசியல் எதிர் காலம் சூனியமாகப் போவதைக் கண்டு கலக்கம் அடைந்தனர்.

இவ் அரசியல்வாதிகளுள் கிறிஸ்தவர்களாக இருந்த பலர் விரைந்து பௌத்தத்திற்கு மதம் மாறிப் பௌத்தர்களாயினர். (இவர்கள் 'டொனமூர் பௌத்தர்' எனக் கிண்டலாக அழைக்கப் பட்டனர், மொ–ர்). பண்டாரநாயக்கவை 'டொனமூர் பௌத்தர்' எனக் கூறமுடியாது என்பதற்குப் பல சான்றுகளை ஜேம்ஸ் மனர் தருகின்றார்.

பண்டாரநாயக்க ஒருபோதும் கிறிஸ்தவத்தில் நம்பிக்கையுள்ள விசுவாசியாக இருந்ததில்லை. பௌத்தம் ஒரு அறிவார்ந்த மதம் என்பதால் அதன் அறிவார்ந்த தன்மை (Rationality) அவரை அம் மதம் மீது மதிப்புக்கொள்ளச் செய்தது. அவர் கிறிஸ்தவத்தை விட்டு பௌத்தராக மாறியதற்குக் காரணம் இதுவே என ஜேம்ஸ் மனர் வாதிடுகிறார். பண்டாரநாயக்கவின் பௌத்தம், பல மத்தியதர அறிவாளிகளால் போற்றப்பட்ட 'புரட்டஸ்தாந்திய பௌத்தம்' (Protestant Buddhism) ஆகும். சிங்கள பௌத்தர்களால் நம்பப்பட்டுவந்த இயற்கை கடந்த சக்திகளுக்கான வழிபாட்டுச் சடங்குகளில் பண்டாரநாயக்கவுக்கு நம்பிக்கை இருக்கவில்லை. ஆனால் அவரது வாழ்க்கையின் இறுதிக்கட்டத்தின் போது, அவர் அரசியல் நெருக்கடிகளால் ஏற்பட்ட அழுத்தங்களால் பாதிக்கப்பட்டிருந்த போது, அவரின் நடவடிக்கைகளில் ஒரு வித்தியாசம் காணப்பட்டது. ஜேம்ஸ் மனர் பண்டாரநாயக்கவின் வாழ்க்கையின் இறுதிக் கட்டத்தில் நடைபெற்ற விநோதமான நிகழ்வை சிறப்பாக படம்பிடித்துக் காட்டியுள்ளார். முந்திய காலப்பகுதியில் அவரது மனைவியை லுணாவ என்ற இடத்தில் உள்ள கத்தரகம கடவுளின் கோயிலுக்கு நேர்த்திக் கடன் செய்வதற்காக அழைத்துச் சென்றார். தம் மனைவியுடன் அங்கு சென்ற பண்டாரநாயக்க அங்கு நிகழ்த்தப்பட்ட சடங்குகளில் ஒரு பார்வையாளராக விலகி நின்று அவற்றைப் பார்த்துக் கொண்டிருந்தார்.

1959, யூலை மாதம் பாராளுமன்றத்தில் அவரது பெரும் பான்மைப் பலம் குறைந்து, அவர் தோற்கடிக்கப்படும் ஆபத்து உருவாகிக்கொண்டிருந்தது. அவ்வேளை தென்பகுதியின் சோதிடர் ஒருவரிடம் பண்டாரநாயக்க ஆலோசனை பெற்றார். அச் சோதிடர் (ஒரு பெண்மணி; 'ஒளிவாசிப்பு' என்ற சோதிடக் கலைநிபுணர்) ஆலோசனைப்படி பண்டாரநாயக்க லுணாவ

கோவிலுக்கு மீண்டும் ஒருமுறை சென்றார். முந்திய தடவை விலகி நின்று பார்வையாளராக இருந்தவர், இத்தடவை கோவில் சடங்குகளில் பங்குகொண்டார். காவடி நடனமாடுவோர் சூழவர அவர் கத்தரகம கடவுளின் முத்துக்களால் அலங் கரிக்கப்பட்ட உருவச்சிலையை கோயிலில் இருந்து சுமந்து சென்று தேரில் வைத்தார். அதன்பின் தேர் ஊர்வலமாக இழுத்துச் செல்லப்பட்டது. அவர் கொலை செய்யப்படுவதற்கு இரு மாதங்களுக்கு முன்னர் நடந்த இச் சம்பவம், அவரது வாழ்க்கையின் முரண்பாடுகளைப் படம்பிடித்துக் காட்டுவதாக அமைந்தது.

ஜேம்ஸ் மனரின் நூலின் அறிமுகப் பகுதியில் வரும் ஒரு கூற்றை எடுத்துக்காட்டி பண்டாரநாயக்கவின் வாழ்க்கை பற்றிய இலாப நட்டக் கணக்கை மதிப்பிடலாம் என விரும்புகிறேன். "பண்டாரநாயக்க இனவாதம், சீர்திருத்தம் என்ற இரு அடிப்படைக் கூறுகளை, இரண்டு முரண்பட்ட கூறுகளை இலங்கையின் அரசியலில் நிறுவனமயப்படுத்துவதற்கு (To Institutionalise), பிறர் எவரையும் விட அதிகப் பங்களிப்புச் செய்தார்."

ஜேம்ஸ் மனரது கூற்றின்படி பண்டாரநாயக்கவின் சீர்திருத்தத்தில் (Reform) சமூகநலன் விருத்தித் திட்டங்கள் முக்கிய கூறாக இருந்ததெனக் கருதப்படுகிறது. இக் கருத்துடன் எனக்கு உடன்பாடில்லை. பண்டாரநாயக்கவை இந்த விடயத்தில் புத்தாக்கமான திட்டங்களை நடைமுறைப்படுத்திய ஒருவராகக் கொள்ள முடியாது. சுதந்திரம் பெற்ற காலம் முதல் பதவிக்கு வந்த எல்லா அரசாங்கங்களும் சமூகநலன் (Welfare) திட்டங்களுக்கு முதன்மை அளித்தன. ஆனால் அரசியல் முறைமையில் (Political System) சீர்திருத்தம் கொண்டுவருதல் என்ற விடயத்தில் மட்டுமே பண்டாரநாயக்கவின் அக்கறை பெரிதாக இருந்தது. அரசாங்கத்தை மக்களுக்குக் கிட்டியதாக இலகுவில் அணுகக்கூடியதாக மாற்றுவதிலும், அரசாங்கம் மக்களின் விருப்பங்களையும் தேவைகளையும் அறிந்து செயலாற்றவும் நடைமுறைகளை ஜனநாயகமயப்படுத்துவதிலும் பண்டாரநாயக்க உண்மையான அக்கறை கொண்டிருந்தார். 1959இல் அவர் பதவியேற்றபோது, தமது நோக்கங்களில் ஒன்றாக

அரசியல் முறைமையில் சீர்திருத்தம் என்பதைக் கொண்டிருந்தார். அவர் பதவியேற்ற தொடக்க விழாவில் பாராளுமன்ற அவைக்குள் திரண்ட சனக்கூட்டமும் தொடக்க மாதங்களில் அவர்கள் 'அப்பே ஆண்டுவ' என்று உணர்ச்சிப் பெருக்கோடு கூறத்தொடங்கியதும் அவரது சீர்திருத்த நோக்கத்திற்குக் கிடைத்த அங்கீகாரத்தின் அடையாளங்களாகும். ஒருவகையில் அவர் தம் நோக்கத்தினை அடைவதில் வெற்றிகண்டார் என்றே கூற வேண்டும். றொஸ்மீட் பிளேஸ் இல்லத்தில் எவராயினும் தடையின்றி நுழைந்து தன்னைச் சந்திக்கலாம் என்ற நடைமுறையை அவர் புகுத்தினார். இவ்வாறு அவர் செய்திராவிட்டால் கொலையாளி அவரை எளிதில் அணுகியிருக்க முடியாது.

அவரது கொள்கைகளின் பயனாக சிங்களத்தில் கல்வி கற்றோருக்கு சமூக நகர்வுக்கான (Social Mobility) வாய்ப்புக் கிடைத்தது. சுயமொழியில் கல்விகற்ற சிங்களவர்கள் பலர் அரசியல் அதிகாரப் பதவிகளிலும் உத்தியோக அதிகாரப் பதவிகளிலும் இடம்பிடித்துக்கொள்ள வாய்ப்பு ஏற்பட்டது. ஆயினும் பண்டாரநாயக்கவின் கொள்கையான மக்கள் வாதம் சிங்களமொழி, பௌத்த சமயம் என்ற இரண்டின் அடிப்படை யான ஆதிக்கத்தன்மையுள்ள இனவாதப் பெரும்பான்மைப் பிரிவினரை திருப்திப்படுத்தும் நிர்ப்பந்தத்தை பண்டாரநாயக்க விற்கு உண்டாக்கியது. இதனால் பண்டாரநாயக்க பதவியேற் பதற்கு முன்பிருந்ததைவிட, ஆழமாகப் பிளவுண்டுபோன ஒரு சமூகத்தை அவர் இறப்பின்போது விட்டுச்சென்றார். இந்த அர்த்தத்தில் அவர் இனவாதம், சீர்திருத்தம் என்ற இருவிடயங் களை மனர் கூறுவதைப் போல் நிறுவனமயப்படுத்தினார். இவை இரண்டும் ஒன்றோடொன்று முரண்பட்டவை.

பிராந்தியங்களுக்கு அதிகாரத்தைப் பகிர்தல் (Regional Devolution of Power) அவர் நீண்ட நாள் கனவாக இருந்த திட்டம். இதன் மூலம் உள்ளூர் மட்டத்தில் ஜனநாயகத்தை (Locally based democracy) வளர்த்து முன்னெடுத்துச் செல்ல அவர் விரும்பினார்.

ஆனால் நடந்தது என்ன? இனக்குழும மோதல் (Ethnic Conflict) அதைச் சிதறடித்தது. அவர் இலங்கைச் சமூகத்தை இரண்டாக பிளவுபடுத்திய மோதல்களைக் கட்டுப்படுத்தாததன் விளைவாக, கட்டுக்கடங்காத இராணுவமயமாக்கல், அரசாங்கத்தின்

றொஸ்மீட் பிளேஸ் (தற்போது ஹோட்டலாக மாற்றப்பட்டுள்ளது)

Image source - justmesm.wordpress.com

சர்வாதிகாரப் போக்கு என்பன எல்லை மீறிச் சென்றன. அவருக்கும் பின்வந்த ஆட்சியாளர்கள் இவை இரண்டையும் முழுநிறைவான வடிவில் செயற்படுத்தினர். பண்டாரநாயக்க இப்படி நிகழும் என்று நினைத்திருக்கமாட்டார். ஆனால் அது நிகழ்வதற்கான வழியை அவர் வகுத்துவிட்டுச் சென்றார்.

●

இந்தக் கட்டுரை, இரண்டு தொடர்களாக "எழுநா" இதழில் வெளிவந்தது.
- 17, 24 ஜனவரி 2024

நன்றி

The Expedient Utopian : Bandaranaike and Ceylon by James Manor (Cambridge University Press, 1989: PP 327 + Bibliography and Index). 'The Thatched Patio' என்ற ஆங்கிலச் சஞ்சிகையின் 1990 ஜனவரி/பெப்ரவரி இதழில் றெஜி சிறிவர்த்தன அவர்களின் விமர்சனக் கட்டுரை வெளியானது. இது ஏ.ஜே. கனகரட்ன தொகுத்துப் பதிப்பித்த கட்டுரை தொகுதியிலும் சேர்க்கப்பட்டுள்ளது.

பேராசிரியர் நிர்மால் ரஞ்சித் தேவசிறி

கொழும்பு பல்கலைக்கழகத்தில் வரலாற்றுத்துறையை சிறப்பு பாடமாகப் பயின்று இப்போது அப்பல்கலைக்கழகத்திலேயே வரலாற்றுத்துறைப் பேராசிரியராகக் கடமையாற்றுகிறார். நெதர்லாந்து Leiden பல்கலைகழகத்தில் கலாநிதிப் பட்டம் பெற்றவர். அவரது ஆய்வேடான "THE ADAPTABLE PEASANT :AGRARIAN SOCIETY IN WESTERN SRI LANKA UNDER DUTCH RULE 1740-1800" அப்பல்கலைக் கழகத்தால் நூலாக வெளியிடப்பட்டது.

'போருக்குப் பின்: சிங்கள பௌத்தர்களின் உணர்வு நிலை' (History After the War Historical Consciousness in the Collective Sinhala Buddhist Psyche in Post war Sri Lanka) என்ற தலைப்பிலான நூலை கலாநிதி நிர்மால் ரஞ்சித் தேவசிறி வெளியிட்டார். ICES பதிப்பித்தது. இந்நூலை அவர் எழுத முன்னர், 'போருக்குப் பின் வரலாறு: நல்லிணக்கத்திற்கு எதிரான சவால்' எனும் கட்டுரையை ground views (groundviews.org) இணைய சஞ்சிகையில் (02.05.2012) வெளியிட்டார். வடக்குக் கிழக்கின் சிங்கள பௌத்த மரபுரிமை கருத்தியலின் பிரசார வலிமையை எடுத்துக்காட்டுவதாக இக்கட்டுரை அமைந்துள்ளது. வடக்கு கிழக்கினை பௌத்தர்களின் பூமியென பிரச்சாரப்படுத்தியதன் பாதக விளைவுகளை, இவர் பத்தாண்டுகளுக்கு முன்னே தீர்க்கதரிசனமாகக் கூறிவிட்டார்.

02

போருக்குப் பின் சிங்கள பௌத்தர்களின் உணர்வு நிலை - நூல் அறிமுகம்

Image source - www.ices.lk

'போருக்குப் பின் சிங்கள பௌத்தர்களின் உணர்வு நிலை' *(History After the War Historical Consciousness in the Collective Sinhala Buddhist Psyche in Post war Sri Lanka)* என்ற தலைப்பிலான இந்நூலை அவர் எழுத முன்னர், 'போருக்குப் பின் வரலாறு: நல்லிணக்கத்திற்கு எதிரான சவால்' எனும் கட்டுரையை வெளியிட்டார்.

வடபகுதி யாத்திரைக்குப் பயணிகளை ஏற்றிச் சென்ற இலங்கைப் போக்குவரத்து சபையின் பஸ்வண்டியில் 'இது கௌதம புத்தரின் இராச்சியம்' (மே கௌதம புத்த ராஜ்ஜிய) என்ற வாசகம் பொறிக்கப்பட்ட 'ஸ்ரிக்கர்' ஒட்டப்பட்டிருந்தது. இது சிங்கள பௌத்தர் இராச்சியம் என்ற செய்தி தமிழர்களை நோக்கி சொல்லப்பட்டதா? அப்படியாயின் சிங்கள அறிவு அற்றவர்களுக்கு ஏன் சிங்கள மொழியில் இதனைச் சொல்ல வேண்டும்? சாதாரண சிங்கள மக்கள் மனதில் வடக்குக் கிழக்கு உங்களுக்கு உரியதே என்ற கருத்தை ஆழப் பதிப்பதற்காக இது செய்யப்பட்டது என்பதையும் தேவசிறி விளக்கியிருந்தார். ஆதலால் இது திட்டமிடப்பட்ட செயல் என்பது அவரது வாதமாகும்.

தேவசிறியின் கட்டுரையின் கருத்துக்களை மறுதலிக்கும் வகையில் கலாநிதி இராஜசிங்கம் நரேந்திரன் 'கிறவுண்ட் வியூஸ்' இணையத்திற்கு பதிவு ஒன்றை அனுப்பினார். அப்பதிவில் ஒரு பகுதி பின்வருமாறு இருந்தது,

"பெரும்பான்மையினரான சிங்கள – பௌத்தர்களை இவ்விதமான நோயியல் கூறுடைய மனம் கொண்டவர்கள் என்று குற்றம் சுமத்துவது தவறு. பல பத்து ஆண்டுகளாக தாம் போகமுடியாது இருந்த யாழ்ப்பாணத்திற்கு, இத்தீவின் ஒரு பகுதிக்குப் போய் அங்கு யுத்த அழிவுகளைப் பார்க்கவும், விடுதலைப் புலிகளின் யுத்த யந்திரத்தினதும் ஆட்சியினதும் மிச்சங்களையும் பார்வையிடவுமே அவர்கள் செல்கிறார்கள். நாகதீபத்திலும் நல்லூரிலும் சென்று வழிபடுவதும் கருவாடு, திராட்சைரசம், பனாட்டு, பனங்கட்டி என்பனவற்றை கொள்வனவு செய்வதும் அவர்களது விருப்பமாகும். சிலர் அங்கு பனங்கள்ளுக் குடிக்கவும் விரும்புவார்கள்."

"பலர் வேலுப்பிள்ளை பிரபாகரனின் தாயாரை அவர் உயிரோடு இருந்தபோது போய்ப் பார்த்தார்கள். அவருக்கு அப்பிள், திராட்சை பழங்களை அன்பளிப்பாகக் கொடுத்தார்கள். வேலுப்பிள்ளை பிரபாகரனின் வீட்டைப் பார்ப்பதற்கும் பலர் ஆவல் கொண்டார்கள். அங்குபோய் கையில் ஒரு பிடி மண்ணை எடுத்தும் சென்றனர்."

இக்கருத்து மேலெழுந்தவாரியாகப் பார்க்கும் போது நியாயமானது போல் தோன்றலாம். தனிநபர்களின் செயல்களை, அத்தனிநபர்களின் ஆசைகள், விருப்பங்கள், உணர்வுகளின் விளைவாகப் பார்க்காமல் 'கருத்தியல்' (Ideology) என்று வருணிப்பதும் 'நோய்க்கூறான (Pathological) மனம்' என்பதும் விதண்டாவாதம் அல்லவா?" என்று இப்பதிவைச் செய்தவர் வாதிட்டார்.

இவ்வாதம் கருத்தியல் என்றால் என்ன என்பதைத் தெளிவாக எடுத்துச் சொல்லும் சந்தர்ப்பத்தைத் தேவசிறிக்கு வழங்கியது.

தனி நபர்களின் செயல்கள் 'தனிப்பட்டவை', நடைமுறை (Practical) சார்ந்தவை. ஆகையால் அவற்றுக்குக் கருத்தியல் முக்கியத்துவம் கிடையாது என்றால், மனிதரின் எந்தச் செயலையும் கருத்தியல் சார்புடையது என்று கூறவே முடியாது என்று குறிப்பிடும் தேவசிறி, பிரடரிக் யேம்சன் என்ற மார்க்சிச சிந்தனையாளரின் மேற்கோள் ஒன்றை எடுத்துக்காட்டுகிறார்.

"தனி நபருக்கும் சமூகத்திற்கும், பகுத்தறிவுக்கும் அடிமன எண்ணங்களுக்கும், தனிப்பட்டதற்கும் பொதுக்களத்திற்கு உரிய

தற்கும் இடையே உள்ள இடைவெளிகளை இட்டு நிரப்புவதே கருத்தியல். (Ideologies of Theory, Verso London, 2008, பக். 7)"

சில தனி நபர்களின் அடிமன எண்ணங்களாகவோ தனிப் பட்ட அபிப்பிராயங்களாகவோ இருந்த விருப்பங்கள், ஆசைகள் என்பனவற்றை சிங்கள சமூகத்தின் பொதுக் களத்தின் பகுதியாக, வடக்குக் கிழக்கின் சிங்கள பௌத்த மரபுரிமைக் கருத்தியலாகக் கட்டமைத்து வரலாற்று நியாயங்கள் முன்வைப்பதே தல யாத்திரை இயக்கத்தின் பின்புலம் என்பதைத் தேவசிறி எடுத்துக் காட்டுகிறார்.

தேவசிறி, இணையத்தளத்தில் எழுதிய கட்டுரையை விரிவாக்கி மேற்குறித்த சிறு நூலை 2013 யூலை மாதம் பிரசுரித்தார். அந்த நூல் 'History After the War' என்பதாகும். ஆங்கில நூல்களிற்கு தலைப்பு இடும் போது பிரதான தலைப்பு ஒன்றும் நீண்ட உப தலைப்பும் குறிப்பிடும் வழக்கத்தைப் பின்பற்றி 'Historical consciousness in the collective Sinhala & Buddhist Psyche in post war Sri Lanka' என உப தலைப்பும் இடப்பட்டுள்ளது.

போருக்குப் பிந்திய இலங்கை அரசியல் சூழ்நிலையில் சிங்கள – பௌத்த கருத்தியலில் வெளிப்பட்ட இரு போக்குகளை தேவசிறி ஆராய்கிறார். தேவசிறியின் கருத்துக்களை பின்வரும் தலைப்புகளின் கீழ் இக்கட்டுரையில் விளக்கலாம் எனக் கருதுகிறேன்.

வடக்குக் கிழக்கின் புவிவெளி (Space) பற்றிய சிங்கள பௌத்தக் கருத்தியல்

2009ஆம் ஆண்டு இடம்பெற்ற மனிதாயப் பேரழிவுக்கு (Humanitarian Disaster) கருத்தியல் வழியான பதிற்குறி

வடக்கு கிழக்கின் புவிவெளி (Space)

இருபதாம் நூற்றாண்டில் இலங்கையில் இரு தேசியவாதங்கள் தோன்றின. ஒரு தேசியவாதம் சிங்கள பௌத்த தேசியவாதமாகும். இது அநகாரிக தர்மபால போன்ற சிங்கள பௌத்த தேசியவாதிகளால் கருத்தியலாக வடிவமைக்கப்பட்டது. இன்னொரு தேசியவாதம் தமிழ்த் தேசியவாதம் ஆகும். தமிழ்த் தேசியவாதம்

காலத்தால் பிந்தியது. 1948இன் பின்னர் தோன்றியது. சமஷ்டி முறையிலான சுயாட்சியே தம் பிரச்சினைகளுக்கு விடிவைத் தரும் என நம்பிய தமிழர்கள், தமது பிரதேசமான வடக்குக் கிழக்கு பகுதியை தமிழர் தாயகம் (Tamil Homeland) என்று கூறினர். தமிழர் தாயகம் என்ற கருத்து இலங்கையின் புவிவெளியின் (Space) ஒரு பகுதியை ஒரு தேசிய இனம் தனது இருப்புக்கு ஆதாரமான வாழ்விடமாகக் கொள்வதைக் குறிக்கும். அவ்வாழ்விடம் இன்று அம் மக்கள் வாழும் இடமாக மட்டுமன்றி நீண்ட வரலாற்றுக் கால வாழ்விடமாக, மரபுரிமையாக (Heritage) பெறப்பட்டதுமாகும். தமிழர் தாயகக் கருத்துக்கு எதிராக தோன்றிய கருத்தியல் அண்மைக்காலத்திய 'வடக்குக் கிழக்கின் சிங்கள பௌத்த மரபுரிமை' (Sinhala Buddhist Heritage of North East) என்ற வடிவத்தைப் பெற்றது.

2009ஆம் ஆண்டு போரின் முடிவில் தமிழர் தமது தாயகம் எனக் கோரிய புவிவெளியை அரச இராணுவம் முழுமையாகக் கைப்பற்றிவிட்டது. 'வடக்குக் கிழக்கின் சிங்கள பௌத்த மரபுரிமை' என்ற கருத்தியல், வரலாற்று நியாயங்களைக் காட்டி இப் புவிவெளியின் சிங்கள – பௌத்த மரபுரிமையை நிலை நிறுத்துவதற்கான முயற்சியென்பதை தேவசிறி இந்நூலில் எடுத்துக்காட்டுகிறார். 'வடக்குக் கிழக்கின் சிங்கள பௌத்த மரபுரிமை' என்ற கருத்தியல் முன்வைக்கும் வாதம் 'வரலாறு' பற்றியதாக வெளியே தோன்றலாம். ஆனால் அரசியல் நோக்கம் கொண்டது என்பதையும் தேவசிறி சுட்டிக் காட்டுகின்றார். இதன் அரசியல் நோக்கம் யாது? பிரிவினைக் கோரிக்கையை இராணுவ வெற்றி முறியடித்துவிட்டது. ஆயினும் 'வடக்குக் கிழக்கு தமிழர்களின் தாயகம்' எனும் கோட்பாடு முழுமையாக கருத்தியல் மட்டத்தில் தோற்கடிக்கப்படாவிட்டால் வடக்குக் கிழக்கை ஒரு அலகாகக் கொண்டு அதிகாரப் பகிர்வையோ சமஷ்டி முறைத் தீர்வையோ தமிழர் கோரலாம். அதில் வெற்றி பெற்றுவிடலாம் அல்லவா? தமிழர்களின் வடக்குப் பகுதியை நோக்கிய தலயாத்திரைக்குப் புறப்பட்ட போக்குவரத்துச் சபை பஸ்ஸில் சிங்களத்தில் ஒட்டப்பட்டிருந்த வாசகம் பற்றி இக் கட்டுரையின் தொடக்கத்தில் குறிப்பிட்டோம். அது அரசியல் உள்ளடக்கம் கொண்ட வாசகம் என்பது வெளிப்படையானது.

கந்தரோடை ‘கதுறுகொட’ ஆதல்

தமிழர்களால் கந்தரோடை என அழைக்கப்படும் யாழ்ப் பாணக் கிராமத்தின் பெயர் இப்போது ‘கதுறுகொட’ ஆகி யுள்ளது. பெருங்கற்கால நாகரிகம் செழித்திருந்த வழுக்கியாறு பகுதியில் அமைந்துள்ள இக்கிராமத்தின் புதைபொருள் சின்னங்கள் உள்ள இடம் ‘கதுறுகொட விகாரய’ என்ற பெயரில் யாத்திரைத் தலமாக இன்று காட்சியளிக்கிறது. இங்கு உரு வாக்கப்பட்டுள்ள புவிவெளியை சிங்கள – பௌத்த புவிவெளி *(Sinhala Buddhist Space)* என தேவசிறி குறிப்பிடுகிறார். இலங்கை இராணுவத்தின் முகாம் ஒன்று இந்த இடத்தின் அருகே இருப்பதையும், அவ்விடம் பாதுகாப்பாக உள்ளதையும் பெருந் தொகையான கிராமப்புறச் சிங்களவர்கள் இங்கு வந்து போகின்றார்கள் என்பதையும் தேவசிறி குறிப்பிடுகிறார்.

கந்தரோடை பெயர்ப்பலகை

Image source - sundayobserver.lk

சிங்கள பௌத்த பிரபஞ்சவியலில் ‘தம்பதிவ’ என்ற ஒரு கற்பனையான உலகம் *(Imagined Cosmos)* உள்ளதாக தேவசிறி குறிப்பிடுகிறார். இந்த உலகத்தில் வட இந்தியாவிலும், நேபாளத்திலும் உள்ள பௌத்த தலங்கள் உள்ளடங்கியுள்ளன. இந்தத் தலங்களைத் தரிசிக்கச் செல்வோர் இந்தியாவிற்கான

'விசாவுடன்' விமானம் ஏறினாலும் பேச்சு வழக்கில் 'இந்தியா செல்கிறேன்' என்று கூறுவதில்லை. 'தம்பதிவ யனவா' என்றே கூறுவர். வெளிநாடொன்றுக்குச் செல்வோர் உபயோகிக்கும் 'றட்ட யனவா' (வெளிநாடு செல்கிறேன்) என்ற தொடரை 'தம்பதிவ' பயணத்தின்போது பௌத்தர்கள் உபயோகிப்பதில்லை என்றும் தேவசிறி கூறுகின்றார். 'தம்பதிவ' என்பது கற்பனையான 'Cosmos' பற்றியது என்பதை அவர் தெளிவு படுத்துகிறார்.

கந்தரோடை

Image source - groundviews.org

1920களில் இந்தியாவில் உள்ள பௌத்த தலமான புத்தகயாவை மீட்க வேண்டும் என அநகாரிக தர்மபால இயக்கம் நடத்தினார். புத்தகயா புனிதப் பிரதேசம் அப்போது இந்து ஒருவரின் தனிப்பட்ட காணியாக இருந்தது. 'விழித்தெழுமின், புத்தகயாவை மீட்டெடுங்கள்' என்று தர்மபால அறைகூவல் விடுத்ததை குறிப்பிடும் தேவசிறி, புத்தகயாவை மீட்டெடுத்தல் தனிநபர் ஒருவரிடமிருந்த பௌத்த சமயத்தினரின் மரபுரிமைச் சொத்தை மீட்பதற்கான நியாயமான கோரிக்கையே எனக் கூறுகிறார். இந்த அறைகூவல் இந்திய நாட்டின் பிரதேசம் ஒன்றின் மீது அந்நாட்டிற்குள்ள நியாயாதிக்கத்தைக் கேள்விக்கு

உள்ளாக்கும் கோரிக்கை என்பதையும் தேவசிறி குறிப்பிடுகிறார். ‘தம்பதிவ’ என்ற சமயச்சார்புடைய புவிவெளி பற்றிய கருத்தை வடக்குக் கிழக்கின் பௌத்த புவிவெளியுடன் ஒப்பிட்டும் தேவசிறி முக்கியமான கருத்தொன்றைப் பதிவு செய்கிறார். ‘தம்பதிவ’வில் உள்ளடங்கிய பௌத்த மரபுரிமை இடங்களின் நியாயாதிக்கம் இந்தியாவிற்கும் நேபாளத்திற்கும் உரியது. அதைத் தட்டிக் கேட்கும் எண்ணம் சிங்கள பௌத்த மக்களிடம் கிடையாது. ஆனால் வடக்குக் கிழக்கில் இருக்கும் மரபுரிமை இடங்கள் என சிங்கள பௌத்தர் கருதும் இடம் கற்பனை செய்யப்படும் இடமாக (Imagined Territory) உள்ள போதும், கற்பனை என்ற எல்லைக் கோட்டையும் கடந்து அரசின் நியாயாதிக்கத்தை (Jurisdictional Authority of the State) உபயோகித்து தமதாக்கிக் கொள்ளக்கூடியவை என்பதையும் தேவசிறி குறிப்பிடுகிறார்.

மனிதாயப் பேரழிவும் அதற்கான கருத்தியல் பதிற்குறியும்

போரினால் ஏற்பட்ட அழிவு சிங்கள பௌத்தர்களின் கூட்டு மனச்சாட்சியை (Collective Conscience) உறுத்துகிற விடயமாகும். இதன் பதிற்குறிகளையும் கருத்தியல் வெளிப்பாடுகளில் காணலாம் என்பதை தேவசிறி எடுத்துக் காட்டுகிறார்.

மனிதாயப் பேரழிவுக்கான பதிற்குறி ‘நீதியான யுத்தம்’ (Just War) என்ற கருத்தியலாக வெளிப்பட்டது. இந் நீதியான யுத்தம் எனும் கருத்தியலுக்கு துட்டகைமுனு என்ற பெரு வீரனுக்கும் எல்லாளனுக்கும் நடைபெற்ற போர் அதிசிறந்த உதாரணமாகும். சிங்கள பௌத்த புத்திஜீவிகளான சிலர் துட்டகைமுனு – எல்லாளன் போருக்குப் புத்துயிரும், புது வடிவமும் கொடுத்து விளக்கங்கள் அளிக்கலாயினர். இவர்களில் எல்லாவல மெத்தானந்த தேரரும் நளின் டி. சில்வாவும் முக்கியமானவர்கள். இவர்களின் எழுத்துக்கள் கட்டுரை வடிவில் வெளியாகின. மகாவம்சத்தில் விபரிக்கப்படும் துட்டகைமுனு என்ற சிங்கள வீரனைக் கதாநாயகனாகக் கொண்ட நாவல் ஒன்றை, ஜயந்தா சந்திரசிறி என்ற பிரபல சிங்கள எழுத்தாளர் எழுதினார். சந்திரசிறியின் நாவலின் தலைப்பு ‘மகாராஜ கமுனு’ (பேரரசன் கைமுனு) என்பதாகும். இந்நாவல் 2011இல் வெளியாயிற்று.

கட்டுரைகள் வடிவில் வெளிப்பட்ட 'நீதியான யுத்தம்' கருத்தியலை விட சந்திரசிறியின் நாவல் இலக்கிய நயத்துடன் சுவாரசியமாக இக்கருத்தியலைப் புகுத்தும் நோக்கம் கொண்டது என்பதை தேவசிறி இந்த நாவலின் கருப்பொருளைப் பகுப்பாய்வு செய்வதன் மூலம் விளக்குகிறார். மகாராஜ கைமுனு நாவல் துட்டகைமுனுவின் மனச்சாட்சியின் உறுத்தல்களை விசாரணை செய்வது. 1995இல் சந்திரிகா பண்டாரநாயக்கவின் காலத்தில் முன்வைக்கப்பட்ட 'சமாதானத்திற்கான யுத்தம்' (War For Peace) என்ற கருத்திலிருந்து தோற்றம் பெற்ற இன்னொரு வடிவமே நீதியான யுத்தம் ஆகும். இது 2006ஆம் ஆண்டில் மனிதாய நடவடிக்கை (Humanitarian Operation) என்று கூறப்பட்டதையும் தேவசிறி குறிப்பிடுகிறார். 1995இல் சமாதானத்திற்கான யுத்தம் தொடங்கப்பட்டபோது அதற்குத் துணையாக 'வெண்தாமரை இயக்கம்' (சுதுநெளும் வியாபாரய) நடத்தப்பட்டது. வெண் தாமரை இயக்கத்தின் நோக்கங்கள் இரண்டாகும். அவை,

- போரை முன்னெடுத்துச் செல்வது.

- தமிழ்த் தேசியவாதத்தின் கோரிக்கைகளுக்கு 'அரசியல் தீர்வைக்' காண்பது.

சிங்கள பௌத்த தேசியவாதம் வெண்தாமரை இயக்கத்தின் முதலாவது நோக்கத்தை ஆதரித்தது. இரண்டாவது நோக்கமான 'அரசியல் தீர்வை' அது கடுமையாக எதிர்த்தது. 2006ஆம் ஆண்டில் 'மனிதநேய நடவடிக்கை' தொடங்கப்பட்டபோது அரசியல் தீர்வு என்ற விடயம் கைவிடப்பட்டது.

சந்திரசிறியின் நாவல் சிங்கள கலை இலக்கிய உலகில் புகுந்த காலத்திற்கு முன்பாக, 2006ஆம் ஆண்டில் கொழும்பு எல்பின்ஸ்டன் தியேட்டரில் 'ரத்னாவளி' என்ற நாடகம் மேடை யேற்றப்பட்டது. அவ்வாண்டு யூலை 26ஆம் திகதி மேடை யேற்றப்பட்ட இந்த நாடகத்தின் பிரதி சுனில் விஜயசிறிவர்த்தன என்ற இடதுசாரி எழுத்தாளரால் எழுதப்பட்டது. லிபரல் முற்போக்கு சிந்தனையுடையவர்களும் இடதுசாரிகளும் இணைந்து இந்த நாடகத்தை மேடையேற்றினர். தேவசிறி, 'ரத்னாவளி' நாடகத்தை சந்திரசிறியின் நாவலோடு ஒப்பீடு செய்கிறார். 'ரத்னாவளி' நாடகமும் துட்டகைமுனுவின் உறுத்தலுக்கு உள்ளாகும் மனச்சாட்சியை பிறிதொரு கோணத்தில்

சிங்கள பௌத்தக் கருத்தியலுக்கு மாறுபட்ட வகையில் விசாரணை செய்வது. சந்திரசிறி, விஜயசிறிவர்த்தன என்போரின் இலக்கிய ஆக்கங்களை ஒப்பீட்டாய்வுக்கு உட்படுத்தவேண்டிய பொருத்தப்பாடு என்ன என்பதைத் தேவசிறியின் வார்த்தைகளில் பின்வருமாறு குறிப்பிடலாம்.

"மகராஜா கைமுனு, ரத்னாவளி என்ற இரண்டு இலக்கியப் பிரதிகளிலும் பிரதான கவனக்குவிப்பு துட்டகைமுனுவின் மனச்சாட்சியாகும். இதனை இப்பிரதிகள் துட்டகைமுனு – எல்லாளன் யுத்தத்தை மையப்படுத்தி பரிசீலிக்கின்றன (பக்.10)."

இவ்வாறு கூறிவிட்டு தேவசிறி துட்டகைமுனு எல்லாளன் யுத்தம், சிங்கள – பௌத்த மாயக் கற்பனை (Fantasy) என்று கூறுகிறார். இந்த மாயக் கற்பனை 19ஆம் நூற்றாண்டின் பிற்பகுதியில் உருவாக்கப்பட்ட கற்பனை என்றும், பின்னர் அது தமிழருக்கும் சிங்களவருக்கும் இடையிலான இக்கால இனத்துவ முறுகலையும் மோதலையும் நவீனத்துக்கு முற்பட்ட காலத்து வரலாற்று நிகழ்வுகளுடன் தொடர்புபடுத்தித் தவறான விளக்கத்தைத் தர முற்படுகிறது என்றும் கூறுகிறார். சிறிவீர என்ற வரலாற்றாசிரியர் 2002ஆம் ஆண்டு சிங்கள மொழியில் எழுதிய நூல் ஒன்றில் இருந்து மேற்கோள் ஒன்றை அவர் தந்துள்ளார். அவ் வரலாற்றாசிரியரின் கூற்று வருமாறு:

"Dutugemunu and Elara were not partakers of a conflict between Tamil Hindus and Sinhala Buddhists, but they were those of a feudal power struggle"

இக்கூற்றின் சாரமான கருத்தை பின்வருமாறு தமிழில் கூறலாம்.

"துட்டகைமுனு எல்லாளன் யுத்தம் தமிழ் இந்துக்களுக்கும் சிங்கள – பௌத்தர்களுக்கும் இடையிலான யுத்தம் அன்று. (இலங்கையில் அக்காலத்தில்) இரு நிலமானியக் குழுக்களிற் கிடையே ஏற்பட்ட அதிகார மோதலையே அவர்கள் இருவருக்கும் இடையிலான யுத்தம் பிரதிபலித்தது."

சிறிவீரவின் மேற்குறித்த கூற்றை ஆதாரம் காட்டும் தேவசிறி, சந்திரசிறியின் நாவல் மட்டுமன்றி முற்போக்காளரான சுனில்

விஜயசிறிவர்த்தனவின் நாடகமும் ஆதாரமற்ற கற்பனை ஒன்றைப் பற்றியதே என்பதைக் குறிப்பால் உணர்த்துகிறார்.

'ரத்னாவளி' நாடகத்தை ஒரு தடவை மட்டுமே மேடையேற்ற முடிந்தது. இடதுசாரிகளும், லிபரல் முற்போக்காளர்களும் இணைந்து மேற்கொண்ட இம்முயற்சி அவர்களிடையே ஏற்பட்ட உள் முரண்பாடுகள் காரணமாகக் கைவிடப்பட்டது என்றும் தேவசிறி குறிப்பிடுகின்றார்.

முடிவுரை

நிர்மால் ரஞ்சித் தேவசிறியின் நூல் சிங்கள பௌத்த தேசியவாதம் பற்றிய சிந்தனையை தூண்டும் ஆக்கமாகும். இது இலங்கையில் சமாதானத்தையும் ஐக்கியத்தையும் விரும்பும் அனைவரும் படிக்க வேண்டிய நூல்.

'Imagined Communities' (கற்பிதம் செய்யப்பட்ட சமுதா யங்கள்) என்ற நூலின் ஆசிரியரான பெனடிக்ற் அன்டர்சன், தேசியவாத வரலாறுகளை 'உண்மையான நேர்வுகள், நாட்டார் வழக்குகள், பொய்ப்புனைவுகள் ஆகியவற்றின் வளம் மிக்க கலவை' (A rich amalgam of fact, Folklore and Fiction) என்று குறிப்பிட்டார். இலங்கையின் பண்டைய காலம் பற்றிய தேசிய வாத வரலாறுகளில் உண்மை நேர்வுகள் என்ற நெல்மணிகளை பொய்ப்புனைவுகள் என்ற குப்பை கூழங்களில் இருந்து பிரித்துப் பார்ப்பது மிகுந்த கடினமான பணி என்பதை தேவசிறியின் நூல் உணர்த்துகிறது.

வடக்குக் கிழக்கு தமிழர்களின் மரபுவழித் தாயகம் என்ற கருத்து, கடந்த 80 ஆண்டு காலத்திற்கு முன்னர் தமிழர்களால் முன்வைக்கப்பட்டு, இப்போது வரலாற்று ஆதாரங்கள் மூலம் உறுதிப்படுத்தப்பட்ட கருத்தாக ஏற்புடைமை பெற்றுள்ளது. அதேவேளை, இலங்கையில் பரவிய பௌத்தம் தமிழர்களின் பௌத்தமாகவும், தமிழர்களால் போற்றப்பட்ட பௌத்தமாகவும் கூட இருந்து வந்தது என்றும், வட இலங்கையிலும் கிழக்கு இலங்கையிலும் 'தமிழ்ப் பௌத்தம்' பண்டைய நாளில் நிலை பெற்று இருந்தது என்றும் அண்மைக்கால ஆய்வுகள் உறுதிப் படுத்தியுள்ளன. தமிழ் அறிஞர்களான கா. இந்திரபாலா, பொ. இரகுபதி, ஆ. வேலுப்பிள்ளை, சி. பத்மநாதன், பரமு. புஷ்ப

ரட்ணம், சிவா. தியாகராஜா ஆகியோர் எழுதிய நூல்களும் கட்டுரைகளும் 'தமிழ்ப் பௌத்தம்' பற்றிய ஆய்விற்கு வளம் சேர்த்து வருகின்றன. இப் பின்னணியில் ரஞ்சித் தேவசிறி அவர்களின் நூல் கருத்தியல்களின் பின்னால் உள்ள அரசியலை விளக்கிக் கூறுவதாக அமைகிறது.

●

- 8 பெப்ரவரி 2024 'எழுநா'

பேராசிரியர் G.B. கீரவல்ல

பேராதனை பல்கலைக்கழகத்தில் வரலாற்றைச் சிறப்பு பாடமாக கற்று பட்டம் பெற்ற பின், அதே பல்கலைக்கழகத்தில் விரிவுரையாளராகவும் பேராசிரியாரகவும் பணியாற்றி ஓய்வு பெற்றவர்.

இந்து சமுத்திர பிராந்தியத்தின் பாதுகாப்பு அமைதி, தென்னாசியாவின் பாதுகாப்பு, நாடுகளுக்கிடையிலான ஒத்துழைப்பு, அடையாள அரசியல்,இலங்கையின் பின்காலனிய அரச உருவாக்கம் என்கிற முக்கிய விடயங்களில் முழு ஆர்வத்தோடு செயற்பட்டு வருபவர் இவர். இவரது நாற்பதுக்கும் மேற்பட்ட ஆய்வுகள் பதிப்பிக்கப்பட்டு, வெளிவந்துள்ளன.பல ஆய்வு நிறுவனங்களில் ஆய்வாளராகவும் ஆலோசகராகவும் பணியாற்றிய அனுபவமிக்கவர். மக்கள் விடுதலை முன்னணி (ஜேவிபி) பற்றிய இந்தக்கட்டுரை 1980ம் ஆண்டு பிரசுரிக்கப்பட்டது.

1980 ஜனவரியில் இக் கட்டுரை எழுதப்பட்டது. அவ்வேளை அவர் பேராதனைப் பல்கலைக்கழகத்தில் வரலாற்றுத் துறையில் உதவி விரிவுரையாளராக கடமையாற்றினார். பின்னர், அதே பல்கலைக் கழகத்தில் வரலாற்றுத்துறைப் பேராசிரியராகப் பதவி வகித்து ஓய்வு பெற்றார். இவர் இலங்கையின் நவீன வரலாறு, அரசியல் சர்வதேச உறவுகள் தொடர்பான பல ஆய்வுக் கட்டுரைகளையும் நூல்களையும் எழுதியுள்ளார்.

03

மக்கள் விடுதலை முன்னணியின் (ஜேவிபி) - 1971 ஏப்ரல் கிளர்ச்சி

ஆங்கில மூலம்: **G.B** கீரவல்ல

வித்தியோதயாப் பல்கலைக்கழக வளாகத்தின் பிக்கு மாணவர் விடுதியில் 1971 ஏப்ரல் 2ஆம் திகதி 'ஜனதா விமுக்தி பெரமுன' என்னும் மக்கள் விடுதலை முன்னணியின் அரசியல் 'பொலிட் பீரோ'வின் கூட்டம் நடைபெற்றது. அக் கூட்டத்தில் 1971 ஏப்ரல் மாதம் 5ஆம் திகதி பி.ப 11.30 மணிக்கு நாட்டில் உள்ள எல்லா பொலிஸ் நிலையங்கள் மீதும், ஆயுதப் படைகளின் நிலைகள் மீதும் தாக்குதல் தொடுப்பதெனத் தீர்மானம் நிறை வேற்றப்பட்டது. அரச அதிகாரத்தைக் கைப்பற்றுவதே மக்கள் விடுதலை முன்னணியின் (ஜேவிபி) இத் தீர்மானத்தின் நோக்கமாகும்.

இந்த முடிவின் பயனாக நாட்டில் உள்ள 93 பொலிஸ் நிலையங்களின் மீது ஏப்ரல் 5ஆம் திகதி இரவும் அடுத்த சில நாட்களிலும் தாக்குதல்கள் மேற்கொள்ளப்பட்டன. இவற்றுள் 5 முக்கிய பொலிஸ் நிலையங்கள் ஜே.வி.பியின் கட்டுப்பாட்டிற்குள் வந்தன. இதனைவிட 35 பொலிஸ் பகுதிகள் அதன் முழுமை யான கட்டுப்பாட்டுக்குள் வந்தன.

இந்தப் பெரும் அறைகூவலுக்குத் தாக்குப் பிடிக்க முடியாமல் பொலிஸ் படை, 43 பொலிஸ் நிலையங்களை கைவிட்டுவிட்டுப் பின்வாங்கியது. பெரும்பாலான இடங்களில் சிவில் நிர்வாகம் முற்றாகவே செயலிழந்தது. ஏப்ரல் 14ஆம் திகதியளவில் கொழும்பு நகரம் தவிர்ந்த மாகாண நகரங்களும், அந் நகரங் களை அடுத்த பகுதிகளும் ஜே.வி.பியின் கட்டுப்பாட்டில்

வீழ்ந்தன. பொலிஸ் மா அதிபர் கூற்றுப்படி நிலைமை பின்வருமாறு இருந்தது.

"பொலிஸ் நிலையங்கள் கைவிடப்பட்டுப் பின்வாங்கியதும், சிவில் நிர்வாகம் செயலிழந்ததும் காரணமாக இப்பகுதிகளைக் கிளர்ச்சியாளர்கள் தமது கட்டுப்பாட்டின் கீழ்கொண்டு வந்தனர். அவர்கள் கூட்டுறவுக் கடைகளில் இருந்த உணவை விநியோகித் தார்கள். தபால் கந்தோர்களில் முத்திரைகளை விற்பனை செய்தார்கள். அவர்கள் நீதிமன்றங்களில் அமர்ந்து நீதி விசாரணை களையும் நடத்தினார்கள்."

ஜே.வி.பியின் தாக்குதலின் முறையும் வேகமும் நாட்டின் பெரும்பகுதியின் நிர்வாகத்தை உடனடியாகவே செயலிழக்கச் செய்தது. ஆயினும் ஜே.வி.பியினால் முறைசார்ந்த பாதுகாப்பு ஒழுங்கமைப்பை உருவாக்கி தமது கட்டுப்பாட்டுக்குள் வந்த பகுதிகளின் அதிகார நிறுவனங்களை தம் கைக்குள் கொண்டு வரவோ, தமது படைகளை ஒருங்கிணைத்துப் பலப்படுத்தவோ முடியவில்லை. அரசாங்க ஆயுதப் படைகள் மாவட்ட மையப் பகுதிகளில் தமது ஆட்களை ஒன்று சேர வைத்து, மட்டுப் படுத்தப்பட்டளவில் நிர்வாகத்தை கொண்டியங்கியதோடு, ஆயுதங்களும் ஆளணியும் கிடைக்கும் வரை சமாளித்துக் கொண்டிருந்தன. ஏப்ரல் 11ஆம் திகதி பி.ப 7 மணியளவில் கேகாலை மாவட்டத்தின் ஒருங்கிணைப்பு உத்தியோகத்தர் பிரதமரின் வதிவிடமான அலரி மாளிகைக்கும் இராணுவத் தலைமையகத்திற்கும் வானொலியூடான செய்தியை அனுப்பி வைத்தார். கேகாலை மாவட்டத்தின் பெரும்பான்மையான பகுதிகள் ஜே.வி.பியின் கட்டுப்பாட்டுக்குள் வீழ்ச்சியுற்றிருந்தன. அங்கிருந்து கிடைத்த பின்வரும் செய்தி அன்றிருந்த நிலையைப் படம் பிடித்துக்காட்டுவதாக இருந்தது.

"கேகாலையின் பிரதான பொலிஸ் அலுவலகம் தவிர்ந்த பிற எல்லாப் பொலிஸ் நிலையங்களும் மூடப்பட்டுவிட்டன. இரவு நேர காவல் 'ரோந்து' நடைபெறுவதில்லை. சில இடங்களில் கிளர்ச்சியாளர்கள் இரவும் பகலும் கட்டுக்கடங்காமல் திரிகின் றனர். கிளர்ச்சியாளர்களை பின்வாங்கச் செய்யும் நடவடிக்கை உடனடியாக மேற்கொள்ளப்பட வேண்டும். காலை விடிந்ததும் படை நடவடிக்கையை ஆரம்பிக்கவுள்ளோம். விரிவான அறிக்கை அனுப்பப்படும்."

ஜே.வி.பி கலவரத்தில் சேதமாக்கப்பட்ட பேருந்து நிலையம்
Image source - thuppahis.com

ஜனநாயக முறைமை நன்கு வேரூன்றியிருந்த ஒரு நாடு எனக் கருதப்பட்ட இலங்கையில், இப்படியான திடீர் கிளர்ச்சி ஏற்பட்டமை ஒரு எதிர்பாராத அதிர்ச்சியாகும்.

இலங்கையில் தேர்தல்கள் ஒழுங்காக நடைபெற்று ஆட்சி மாற்றம் சுமுகமாக நிறைவேறிக்கொண்டு வந்தது. ஒரு கட்சி ஆட்சி முறைக்கு மாறும்போக்கு இலங்கையில் வெளிப்படவில்லை. மார்க்சியக் கட்சிகள் கூட்டரசாங்கங்களை அமைத்தன. எதிர்க்கட்சி ஆசனங்களில் திரும்ப அமர்ந்துகொண்டன. அக் கட்சிகளும் பிரித்தானியப் பாராளுமன்ற மரபுகளை விசுவாசத் தோடு ஏற்று ஒழுகின. புரட்சி மூலம் அதிகாரத்தைக் கைப் பற்றும் எண்ணத்தை அவை கைவிட்டு விட்டதாகவே தோன்றியது. இக் கிளர்ச்சி நடைபெறும் நாள்வரை இலங்கையை அரசியல் நிலைபேறு அல்லது உறுதிநிலைக்கு சிறந்த உதாரணமான நாடாகக் கருதும் நிலை காணப்பட்டது.

மிதவாத அரசியல் பாரம்பரியம்

பிரித்தானியர் ஆட்சியின் கீழ் (1796-1948) இலங்கையில் இரு தடவைகள் 1818ஆம் ஆண்டிலும் 1848ஆம் ஆண்டிலும் இரு கலகங்கள் ஏற்பட்டன. இவ் இரண்டையும் தவிர பிரித்தானியர் ஆட்சிக்காலத்தில் காலனிய அரசாங்கத்திற்கு எதிரான கிளர்ச்சி கள் எவையும் இடம்பெறவில்லை. காலனிய அரசிடம் முறை யீட்டு மனுக்களைச் சமர்ப்பித்தல், வெள்ளை மாளிகை அலு

வலகத்திற்கு அரசியல் சீர்திருத்தக் கோரிக்கைகளை அனுப்புதல், சட்ட சபையில் இலங்கையர்களுக்கு கூடியளவு பிரதிநிதித்துவம் வேண்டும் என வாதாடுதல் போன்ற வழிமுறைகளில் இலங்கையின் படித்த 'உயர்குழாம்' அரசியல் நடவடிக்கைகளில் ஈடுபட்டுவந்தன.

ஆசியாவின் தேசியவாதத்தின் இலங்கை மாதிரியை 'சீர்திருத்த இயக்கம்' (Reform movement) என்றே கூறலாம் என வரலாற்றாசிரியர் கே.எம்.டி. சில்வா குறிப்பிட்டுள்ளார். இச் சீர்திருத்தவாதிகளை 'அரசியல் யாப்புச் சீர்திருத்தம் கோருவோர்', 'மிதவாதிகள்', 'பழமைவாதிகள்' ஆகியோரைக் கொண்ட கலப்புக்குழு எனவும் குறிப்பிடும் சில்வா அவர்கள், இலங்கையின் அரசியல் தலைவர்களின் சீர்திருத்தவாத அரசியல் மனப்பாங்கை சுட்டிக்காட்டுகிறார். இலங்கை 1948இல் சுதந்திரத்தைப் பெறும் வரை, அதன் அரசியல் முறைமை (Political system) அமைதிப் பாதையில் பரிணாம வளர்ச்சி பெற்றதையும் அது ஆசியாவின் சுதந்திர தேசங்களுள் அரசியல் உறுதிநிலையுடையதாக விளங்கியதையும் மேற்குறித்த வரலாற்றுப் பின்புலத்தில் புரிந்துகொள்ளக் கூடியதாக உள்ளது.

கிளர்ச்சிவாத இயக்கங்களின் தோற்றம்

அமைதிப் பாதையில் பயணித்த இலங்கையில் 1965ஆம் ஆண்டின் பின்னர் புரட்சிவாதக் குழுக்கள் தோற்றம் பெற்றன. இவ்வாறான தலைமறைவு குழுக்கள் சிலவற்றை அடையாளம் காணலாம்.

1. விஜயவீர குழு
2. பெரதிக சுலங்க குழு
3. கினிபுப்புர குழு
4. சுமித்தெவிநுவர
5. தர்மசேகர குழு
6. சமாஜவாத சங்கமய

என்ற பெயர்களால் அழைக்கப்பட்ட ஆறு வெவ்வேறு குழுக்கள் இக்காலத்தில் செயற்பட்டன. இக்குழுக்கள் மரபுவழி இடதுசாரி களோடு முரண்பாடு கொண்டனவாய் அவர்களோடு தொடர்பை

முறித்துக் கொண்டிருந்தன. இறுதியில் ரோஹண விஜயவீர குழு 'ஜனதா விமுக்திப் பெரமுன' (மக்கள் விடுதலை முன்னணி) என்னும் இயக்கத்தை கட்டியெழுப்பி, புரட்சியொன்றின் மூலம் ஆட்சியதிகாரத்தைக் கைப்பற்றும் நோக்குடன் செயற்படலாயிற்று. 1971 ஏப்ரல் கிளர்ச்சி மேற்குறித்த வளர்ச்சிப் போக்குகளின் தர்க்கரீதியான விளைவு எனவே கருதலாம். ஜே.வி.பி எனப்படும் இம் மக்கள் விடுதலை முன்னணியினால் நடத்தப்பட்ட 1971 ஏப்ரல் கிளர்ச்சியின் முக்கிய இயல்புகள் பின்வருவன.

1. இக் கிளர்ச்சி தன்னியல்பாகத் தோன்றிய ஒழுங்கமைக்கப் படாத கிளர்ச்சியன்று. இதனை ஒழுங்கமைக்கப்படாத விவசாயிகள் கிளர்ச்சி, உணவுக் களஞ்சியங்களை உடைத்துப் பங்கிடும் கிளர்ச்சிகள் (Food Riots), மாணவர்கள் கிளர்ச்சிகள் போன்றவற்றுடன் ஒப்பிடுதல் ஆகாது. இது ஏறக்குறைய ஆறு ஆண்டுகளுக்கு மேலாக தலைமறைவாக இயங்கிய ஒரு இயக்கத்தின் திட்டமிடப் பட்ட ஆயுதக் கிளர்ச்சியாகும். இக் கிளர்ச்சியாளர்கள் அரசு அதிகாரத்தை (State Power) கைப்பற்றுதல் என்ற நோக்கத்தைக் கொண்டவர்களாக இருந்தனர். 1971 இற்கு முந்திய பல ஆண்டுகளாக இளைஞர்களை அணிதிரட்டி

பண்டாரநாயக்க முதல் ஜேவிபி வரை...

அவர்களுக்குத் திட்டமிட்டபடி விரிவுரைகளை நிகழ்த்தியும், பயிற்சி முகாம்களை நடத்தியும் தமது கொள்கையைப் பரப்பி இளைஞர்களை வசப்படுத்தினர். இளைஞர்கள் சிறு சிறு கட்சிக் குழுக்களாக (Party Cells) ஒழுங்கமைக்கப் பட்டனர்.

2. இக் கிளர்ச்சியின் இரண்டாவது முக்கிய இயல்பு, இக் கிளர்ச்சி முழுமையாக இளைஞர்களால் நடத்தப்பட்டமை யாகும். ஏப்ரல் கிளர்ச்சியை அடுத்து கைது செய்யப் பட்டவர்களில் தாமாகவே சரணடைந்தவர்கள் பற்றிய புள்ளிவிபரங்களின் படி 86.6 வீதத்தினர் 16–32 வயதுக்கு இடைப்பட்ட இளைஞர்களாகக் காணப்பட்டனர்.

3. 1971 கிளர்ச்சி, அக் கிளர்ச்சிக்கு ஓராண்டு காலத்திற்கு முன்னர் 1970இல் ஆட்சிப் பொறுப்பை ஏற்ற கூட்டணி அரசாங்கத்திற்கு எதிராக நடத்தப்பட்ட கிளர்ச்சியாக அமைந்தமை குறிப்பிடத்தக்கது. இக் கூட்டணி, ரொட்சிச வாத கட்சியான லங்கா சமசமாஜக் கட்சி, இலங்கை கம்யூனிஸ்ட் கட்சி (மொஸ்கோ பிரிவு) ஆகிய இரு இடது சாரிக் கட்சிகள் ஸ்ரீலங்கா சுதந்திரக் கட்சியுடன் இணைந்து அமைந்ததாக இருந்தது. மேற்குறித்த இரண்டு இடதுசாரிக் கட்சிகளிடமும் பலமிக்க தொழிற்சங்கங்கள் இருந்தன. இத் தொழிற்சங்க ஆதரவு, கூட்டணி அரசாங்கத்திற்கு அரசியல் பலத்தை வழங்குவதாக அமைந்தது. கூட்டணி அரசாங்கத்தின் முக்கிய அமைச்சுப் பதவிகள் சில மேற் குறித்த இடதுசாரிக் கட்சிகளின் தலைவர்களுக்கு வழங்கப் பட்டிருந்தன. நிதி அமைச்சு அவ்வாறான அமைச்சுக்களில் ஒன்றாக இருந்தது. இடதுசாரி அமைச்சர்கள் வெளி உலகால் 'மார்க்சிஸ்டுகள்' என நன்கு அறியப்பட்டவர்களாக இருந்தனர்.

ஆட்சியிலிருந்த சிறிமாவோ பண்டாரநாயக்கவின் அரசாங்கம், இக் கிளர்ச்சியானது அரசியல் நோக்குடன் கொள்கைகள் எதுவுமில்லாத சில பிரிவினரால் தூண்டப்பட்ட ஒன்று என அறிவித்தது. இடதுசாரி அரசியல் கட்சிகளும் மக்கள் விடுதலை முன்னணியை ஒரு பிற்போக்குவாத இயக்கம் எனவும், இடதுசாரிச் சார்புடைய ஒரு அரசாங்கத்திற்கு எதிராக இவ் இயக்கம்

ஜே.வி.பி பேரணி

Image source - en.topwar.ru

ஆயுதங்களைத் தூக்கியுள்ளது எனவும் குற்றம் சாட்டின. மக்கள் விடுதலை முன்னணி இடதுசாரி அரசியலுக்கு எதிரான பிற்போக்கு இயக்கம் என்ற வகையில் அரசாங்கமும் அரசாங்கத்தோடு கூட்டணியில் இணைந்திருந்த கட்சிகளும் விளக்கம் கொடுத்தன. இந்த விளக்கம் மக்கள் விடுதலை முன்னணியின் தோற்றத்திற்கான சமூக – பொருளாதார காரணிகளை கவனத்தில் கொள்ளவில்லை எனவும், அவ் இயக்கம் ஆயுதமேந்தி போராடும் வழியை தெரிவு செய்தமைக்கான காரணங்களை பிற்போக்கு இயக்கம் என்ற அடையாளப்படுத்தல் விளக்கவில்லை எனவும் பல புலமையாளர்கள் சுட்டிக் காட்டியுள்ளனர். மக்கள் விடுதலை முன்னணியின் தோற்றத்தை வரலாற்று நோக்கில் புரிந்து கொள்ள வேண்டும் என நாம் கருதுகின்றோம். அவ்வாறான புரிதலுக்கு பின்வரும் இரண்டு வினாக்களுக்கான விடைகளைத் தேட வேண்டும் எனவும் கருதுகின்றோம்.

1. இலங்கையின் தாராண்மைவாத அரசியல் முறைமை (Liberal system) 1956ஆம் ஆண்டு முதல் மக்கள் வாதம் என்னும் திருப்பத்தை எடுத்திருந்த பின்புலத்தில், அம்முறைக்குள் இருந்து பாராளுமன்றப் பாதையை நிராகரித்து பலாத்கார வழிகளில் ஆயுதமேந்திய போராட்டம் மூலம் அரசு

அதிகாரத்தை கைப்பற்றும் தந்திரோபாயத்தைக் கையாளும் ஒரு இயக்கம் தோன்றியது ஏன்?

2. தலைமறைவு இயக்கமாகச் செயற்பட்ட புரட்சி இயக்கத் தினரின் நடவடிக்கைகளையும், அப் புரட்சி இயக்கத்தவர்களையும், 35 ஆண்டு கால வரலாற்றையுடைய மரபுவழி இடதுசாரிக் கட்சிகள் தம் கட்சிகளுடன் இணைத்து உள்ளீர்த்துக் கொள்வதற்குத் தவறியதன் காரணங்கள் யாவை?

மேற்குறித்த இரு வினாக்களுக்கான விடையைத் தேடுவதாயின், இலங்கையில் 19ஆம் நூற்றாண்டின் நடுப்பகுதியில் ஏற்பட்டுவந்த சமூக - பொருளாதார மாற்றங்களையும் அரசியல் வளர்ச்சிகளையும் ஆராய்தல் அவசியம் எனக் கருதுகிறோம். இவ்விதமான ஆய்வு, இலங்கைச் சமூகத்தில் வர்க்கங்களின் உருவாக்கம், அச் சமூகத்தின் சமூக - பொருளாதார அரசியல் கட்டமைப்புகளின் பரிணாம வளர்ச்சி, அங்கு தோற்றம் பெற்ற முரண்பாடுகளின் இயல்பு ஆகியவற்றை தெளிவுபடுத்துவதாக அமையும் எனலாம். இலங்கை அரசியல் சுதந்திரம் பெற்றபோது வெளித்தோற்றத்தில் அது உறுதியுடைய சமூக - பொருளாதார அரசியல் கட்டமைப்புகளை கொண்ட நாடாகக் காட்சியளித்தது. ஆயினும் அதன் உள்ளார்ந்த முரண்பாடுகள் எதிர்காலத்தில் வன்முறை மோதலாகவும், கிளர்ச்சியாகவும் வெளிப்படக்கூடிய இயல்பைக் கொண்டிருந்தன.

இலங்கையின் பொருளாதாரம்

பிரித்தானியரால் 19ஆம் நூற்றாண்டில் இலங்கையில் ஏற்றுமதி - இறக்குமதி மாதிரியிலான (Export & Import Model) பொருளாதாரம் உருவாக்கம் பெற்றது. மத்திய மலைப்பகுதிகளில் முதலில் கோப்பித் தோட்டங்களும் பின்னர் தேயிலைத் தோட்டங்களும் பிரித்தானிய கம்பனிகளால் ஆரம்பிக்கப்பட்டன. இத் தோட்டங்களில் பிரித்தானியக் கம்பனிகளின் முதலீடு பிரதான பங்கைப் பெற்றிருந்தது. இலங்கையின் கரையோர மாகாணங்களில் இறப்பர், தென்னைத் தோட்டங்கள் இலங்கையர்களான முதலீட்டாளர்களால் ஆரம்பிக்கப்பட்டன. தேயிலை என்ற பிரதான ஏற்றுமதிக்குத் துணையான மேலதிக

ஜே.வி.பி கலவரத்தில் கைது செய்யப்பட்டவர்கள்

Image source - colombotelegraph.com

ஏற்றுமதிப் பண்டங்களான இறப்பர், தென்னை உற்பத்திகளில் இலங்கையர்களின் முதலீடு பிரதான இடத்தைப் பெற்றது.

மேற்குறித்த ஏற்றுமதி உற்பத்தித்துறைக்கு அருகே விவசாயக் குடியான்களின் மரபுவழி விவசாய உற்பத்தி முறை இயங்கியது. பிழைப்பூதிய உற்பத்தியாகவிருந்த விவசாயக் குடியான் உற்பத்தி, சிற்றுடைமைப் பண்ட உற்பத்தியாக *(Commodity Production)* மாற்றம் பெற்றது. குடியான் சமூகத்தின் மேன்மிகை உற்பத்தி சந்தையில் விற்பனைக்குரிய பண்டங்களாக ஆகியதால், கிராம மட்டத்தில் பரிவர்த்தனை உறவுகள் *(Exchange Relations)* விருத்தியுற்றன. பண்ட உற்பத்தியின் விரிவாக்கம் பணப் பரிவர்த்தனையை அதிகரிக்கச் செய்தது. இம் மாற்றங்களின் விளைவாகக் குடியான் சமூகமும், பொருளாதாரமும் நாட்டின் முழுமையான பொருளாதாரக் கட்டமைப்பின் பகுதியாக இணைக்கப்பட்டன.

கொழும்பு நகரமும் பிற நகரங்கள் சிலவும் வர்த்தக நிறுவனங் களதும் நிர்வாக நிறுவனங்களினதும் தலைமை மையங்களாக

விருத்தியுற்றன. கொழும்பை மையமாகக் கொண்டு போக்குவரத்து வலையமைப்பு, நாடு முழுவதையும் ஒன்றிணைக்கும் வகையில் விருத்தியுற்றது.

பிரித்தானியர் ஆட்சியில் இலங்கையில் உருவான பொருளாதார அமைப்பை இரட்டைப் பொருளாதாரம் (Dual Economy) என அழைப்பதுண்டு. இப் பொருளாதாரம் தோட்டத்துறை, மரபுவழி விவசாயத்துறை என்ற இருவேறு பிரிவுகளைக் கொண்டதாய் இருந்தமையால் இரட்டைப் பொருளாதாரம் என்ற வருணிப்பில் பொருத்தமுடைமை உள்ளது.

அ. **தோட்டத்துறை** – பெருந்தோட்ட விவசாயம், கைத்தொழில் உற்பத்தி, வர்த்தகமும் சேவைத் துறைகளும் என்பன ஒருங்கிணைந்தவையாக இருந்தன. இத்துறையின் உற்பத்தி ஏற்றுமதிக்கான உற்பத்தியாகவும் விளங்கியது.

ஆ. **கிராமத்து விவசாயத்துறை** – பிழைப்பூதிய விவசாயம், கைவினைத் தொழில்கள், உள்நாட்டு வர்த்தகத்திற்குரிய பண்ட உற்பத்தி, மக்களின் நுகர்வுத் தேவைக்கான உற்பத்தி.

மேற்குறித்த இரட்டைத்துவம் (Dualism) அந்நிய முதலாளித்துவம், மரபுவழிப் பொருளாதார முறைமையின் மீது செலுத்திய தாக்கத்தால் ஏற்பட்ட திணிப்பு ஆகும். இலங்கையின் ஏற்றுமதித் துறை நவீனத்துவ முறையாக, மரபுத்துறையில் இருந்து வேறுபட்ட பாதையில் விரைவாக முன்னேறிச் சென்றது என்று கூறமுடியாது. இலங்கையின் பொருளாதாரம் முதலாளித்துவ வளர்ச்சியின் பயனான குறைவிருத்தியை (Under Development) வெளிப்படுத்தியது. அந்நிய முதலீட்டாளர்களின் நலன்களுக்கு ஏற்றவகையில் மரபுவழி விவசாயத்துறை, ஏற்றுமதி உற்பத்திக்குக் கீழ்ப்பட்டதாய் ஒருங்கிணைக்கப்பட்டிருந்தது.

இலங்கையின் முதலாளித்துவ வர்க்கத்தின் தோற்றம், மேற்குறித்த பொருளாதாரக் கட்டமைப்புடன் தொடர்புடையது. புதிதாக தோற்றம்பெற்ற இம் முதலாளி வர்க்கம் 'கம்பிரடோர் முதலாளி வர்க்கம்' (Comprodore Bourgeoise) என கூறத்தக்க வர்க்கத்தின் இயல்புகளை உடையது. இலங்கையின் தேசிய உயர்குழாம் (National Elite) கம்பிரடோர் முதலாளித்துவத்தின்

பண்புக்கூறுகளை கொண்டிருந்தது. இக் கட்டுரையில் நாம் இவ் வர்க்கத்தினைப் பற்றி ஆராயப் போவதில்லை. மாறாக சுதேசிய முதலாளி வர்க்கத்தின் தோற்றத்தினால் கிராமிய மட்டத்தில் ஏற்பட்ட சமூக மாற்றங்கள் பற்றியே நாம் கவனம் செலுத்த விரும்புகின்றோம்.

கிராமியத்துறை மாற்றங்கள்

பிரித்தானிய காலனியம் கிராமியத் துறையில் இருவகையான தாக்கங்களை ஏற்படுத்தியது.

அ. காலனியம் கிராமங்களில் முதலாளித்துவ உற்பத்தி உறவு களை உருவாக்கியது. ஆனால் உற்பத்தி உறவுகளுக்கு ஈடுகொடுக்கக்கூடிய முறையில் உற்பத்திச் சக்திகள் (Forces of Production) வளர்ச்சியடையவில்லை.

ஆ. பொருளாதாரத்திலும் நிர்வாகத்திலும் ஏற்பட்ட மாற்றங் கள் கிராமிய சமூகங்களில் புதிய வகை வேலைவாய்ப்பு களை உருவாக்கின.

இவ் விருவகையான தாக்கங்களில் முதலாவதான உற்பத்தி உறவுகளில் ஏற்பட்ட மாற்றம் முக்கியமானது. பிந்திய காலத்தில் ஏற்பட்ட சிக்கலான சமூக விருத்திக்கு இதுவே காரணமாயிற்று.

கிராமப் பகுதிகளில் முதலாளித்துவ உற்பத்தி உறவுகள் வளர்ச்சியடைந்தன எனக் கூறினோம். இதன் விளைவு யாது? கிராமங்களின் மேன்மிகை உற்பத்தி, பண்டங்கள் (Commodities) வடிவில் வெளியே சென்றது. இது மரபுவழிச் சமூகத்தில் இருந்துவந்த சமநிலையைக் குழப்பியது. புதிய நுகர்வுத் தேவைகள் உருவாகின. நுகர்வுக்கான பண்டங்கள் வெளியி லிருந்து வரவேண்டியதாயிற்று.

இப் பண்டங்களின் நிரம்பலும் விலைகளும் சர்வதேச வர்த்தகப் போக்குகளால் தீர்மானிக்கப்படுவனவாய் இருந்தன. கிராமப்புற மக்கள் தமது நுகர்வுத் தேவைகளுக்காக வெளியி லிருந்து வரும் பண்டங்களில் தங்கியிருக்கும் நிலை இன்று வரை தொடர்கிறது. அரிசி, கோதுமை மா, எண்ணெய், சீனி, உடுதுணிகள் ஆகிய பொருட்கள் வெளியிலிருந்து வரவேண்டி யிருந்தது. இம் மாற்றம் 19ஆம் நூற்றாண்டின் பிற்பகுதியில்

வெளிப்பட்டுத் தெரிந்தது. 1911ஆம் ஆண்டு குடிசன மதிப்பீட்டு அறிக்கையில் டென்ஹாம் (Denham) பின்வருமாறு குறிப்பிட்டார்.

"கடந்த நூறாண்டு காலத்தில் சுதேச மக்களின் பழக்க வழக்கங்களும் தேவைகளும் குறிப்பிடத்தக்க அளவு மாற்றம் பெற்றுவிட்டன. இதனால் இன்று ஐரோப்பியப் பொருட்களுக்கான கேள்வி பெருமளவில் அதிகரித்துவிட்டது."

மேற்கண்டவாறு நுகர்வுத் தேவைகள் மாறிக்கொண்டிருந்த வேளை, கிராமங்களின் நில உடமை முறையில் மாற்றம் ஏற்பட்டது. காணி, சந்தையில் விற்பனைக்குரிய பண்டம் (Commodity) ஆகியது. 19ஆம் நூற்றாண்டில் காணிகள் அரசால் விற்பனை செய்யப்பட்டன. இதனால் கிராமங்களைச் சூழவுள்ள காணிகள் புதிய உடமையாளர்களிடம் குவிந்தது. தானிய வரி (Grain Tax) இதனை மேலும் மோசமாக்கியது.

வரியைக் கட்ட முடியாத குடியான் விவசாயிகள் காணிகளை குத்தகைக்கு கொடுத்தல், அடகு வைத்தல், விற்றல் ஆகிய வழிகளில் புதிய முதலாளிகளுக்கு விற்கவேண்டிய நிலைக்குத் தள்ளப்பட்டனர். வரி கொடுக்காதவர்களின் காணிகளை அரசாங்கம் ஏலத்தில் விற்பனை செய்து வரியை அறவிட்டது. இதன் பயனாக கிராமங்களில் அமைப்பு மாற்றம் (Structural Change) ஏற்பட்டது. உற்பத்தி உறவுகளில் (Production Relations) ஏற்பட்ட இம் மாற்றம், கூலி உழைப்பாளர் வகுப்பு என்னும் புதிய வர்க்கத்தை உருவாக்கியது. முன்பு உழைப்பு மூன்று வடிவங்களில் பெறப்பட்டது. அவையாவன:

1. உழைப்பு வாடகை *(Labour rent)*

தான் பயிரிடும் நிலத்திற்காக கிராமத்து நிலப்பிரபுவின் காணியில், குடியான் உழைப்பை வழங்குதல் உழைப்பு வாடகை எனப்பட்டது.

2. உழைப்பு பரிவர்த்தனை *(Exchange Labour)*

உழவு, அருவி வெட்டுதல், சூடு மிதித்தல் போன்ற வேலைகளை குடியான் விவசாயிகள் பரஸ்பரம் பரிமாறுதல். உதாரணமாக 'A' என்ற விவசாயி 'B', 'C' ஆகியவர்களின் காணியில்

நடைபெறும் அருவி வெட்டுதல், சூடு மிதித்தல் என்பவனற்றில் தனது உழைப்பை வழங்குவார். பின்னர் 'B', 'C' ஆகியோரும் தமது உழைப்பை 'A' இற்கு வழங்குவர். சிங்கள மரபுவழிச் சமூகத்தில் 'அத்தம்' என அழைக்கப்படும் உழைப்பு பரிவர்த்தனை முறை இருந்து வந்தது.

3. பங்காளி முறைப் பயிரிடுதல் *(Sharecropping)*

சிங்கள மொழியில் இது 'அன்டே' (Ande) எனப்படும். நிலப் பிரபு, குடியான் பயிரிடும் நிலத்திற்குரிய உள்ளீடுகளான (Inputs) விதைநெல், பசளை, உழவுக்கான எருமைகள் போன்றவற்றை வழங்குவார். குடியான் உழைப்பை மட்டும் வழங்குவார். அறுவடையின் அரைப்பகுதிக்கு மேல் நிலப்பிரவிற்கு சேரும்.

மேற்கூறிய மூன்று வடிவங்களில் வழங்கப்பட்ட உழைப்பு பணத் தொடர்பு (Cash Nexus) இல்லாதது. ஆனால் புதிதாகப் புகுந்த கூலி உழைப்பு, கிராம சமூகத்தில் உழைப்பின் பரிவர்த் தனையை பணத்தைக் கொடுத்து வாங்குவதும் விற்பதுமான உறவாக மாற்றியது. பணத் தொடர்பு சமூக கட்டமைப்பைக் குலைத்து புதியவகை உறவுகளை வேலை கொள்வோர் (Employer), வேலையாள் (Employee) உறவாக மாற்றியது. இந்த மாற்றங்களின் ஒட்டுமொத்த விளைவாகக் கிராமப்புறத்தில் ஏற்பட்ட மாற்றங்களை காலனிய முறைமையின் கீழ் ஏற்பட்ட தங்கியிருத்தல் முதலாளித்துவம் (Dependent Capitalism) எனலாம்.

கிராம சமூகத்தின் மூன்று பிரதான வர்க்கங்கள்

கிராமச் சமூகத்தில் முதலாளித்துவ உறவுகள் வளர்ச்சியுற்றன எனக் குறிப்பிட்டோம். அவ்வாறாயின் அங்கு முயற்சியாளர் வகுப்பு (Entrepreneurial Class) தோன்றுவதற்கான நிலைமைகள் உருவாகின எனலாம். ஆயினும் அங்கு முயற்சியாளர் வகுப்பு உருவாகவில்லை. அதற்குப் பதிலாக, சிங்களக் கிராமப்புறத்தில் பின்வரும் மூன்று முக்கியமான வகுப்புகள் தோன்றின.

1. கடை வைத்திருப்போர் *(Shopkeepers)*

கிராமத்தின் நுகர்வுத் தேவைகளை பூர்த்திசெய்யக் கூடிய வர்களான வர்த்தகர்கள் எல்லாக் கிராமங்களிலும் கடைகளை

ஆரம்பித்தனர். புதிய வர்த்தக வாய்ப்புக்களால் இவர்கள் நன்மை பெற்றனர்.

2. நில உடமையாளர்கள்

கிராமப் புறங்களில் உருவான காணிச் சந்தையை (Land Market) பயன்படுத்தி நன்மை பெற்ற நில உடமையாளர் வகுப்பினர் இவ் வகையினராவர்.

புதிய தொழில் வாய்ப்புகளால் நன்மை பெற்ற சம்பளம் பெறும் உழைப்பாளர் வகுப்பு

கல்வி வாய்ப்புகளைப் பயன்படுத்தி கிராமத்துக்கு வெளியே அரச – தனியார் அலுவலகங்கள், கைத்தொழில் ஆகியவற்றின் மூலம் சம்பளம் பெறும் உழைப்பாளர்கள் இப் பிரிவுகளில் அடங்குவர்.

இந்த மூன்று வர்க்கங்களும் ஒன்றோடொன்று தொடர் புடையவை. பொருளாதாரம், சமூகம் என்ற இரு நிலைகளிலும் இவை ஒன்றாகப் பிணைக்கப்பட்டவை. புதிதாக உருவாக்கம் பெற்ற கிராமச் சமுதாயத்தின் மிக முக்கியமான இயல்புகளில் ஒன்று மேற்குறித்த வர்க்கங்களின் பிணைப்பு ஆகும். 'அரச மர நிழலில் சாதி, இரத்த உறவுமுறை, திருமணம் – இலங்கையின் உட்பகுதிக் கிராமங்கள் பற்றிய ஆய்வு (Under The Bo Tree : Studies In Caste - Kinship and Marriage in the Interior Ceylon) என்ற நூலின் ஆசிரியரான நூர் யல்மன் (Nur Yalman) கிராமங் களின் கடை 'முதலாளிகள்' பற்றிப் பின்வருமாறு குறிப்பிட்டார்.

"இலங்கையின் நிலவரைக் காட்சியின் (Landscape) குறிப்பிடத்தக்க ஓர் அம்சம் கிராமங்கள் தோறும் காணப்படும் கிராமத்து கடைகளாகும். இச் சிறுகடை வியாபாரிகள் தனிமைப்பட்ட ஒதுக்குப்புறமான கிராமங்களுக்குக் கூட பணப் பொருளாதாரத்தைப் புகுத்தியுள்ளனர்."

நூர் யல்மன் கண்டியின் 'தெறுத்தன்ன' (Terutenne) என்ற கிராமத்தின் கடை வியாபாரிகள் மற்றும் நில உடமையாளர்கள் பற்றிய புள்ளிவிபர அட்டவணையைத் தந்துள்ளார்.

தெறுத்தன்னவின் கடைவியாபாரிகள் மற்றும் நில உடமையாளர்கள்

கடை வியாபாரியின் பெயர்	முதலீடு மதிப்பு (ரூபா)	வியாபாரத் தொழில் ஆண்டுகள்	காணி உடமை ஏக்கர்
றண்பண்டா	4000	4	4
வேகொல்ல (முன்னாள் கிராம தலைமைக்கார்ர் (விதாணை)	1000	3	1.5
டிக்கிறிபண்டா	400	6	4.5
கிரிபண்டா	300	2	-
கே.ஜி.சுதுமெனிக்கே	600	10	4
H.P.B பண்டா	100	6	-
உக்வத்த பண்டா	600	4	1
தர்மதாச	400	3	10.5
ஜயசேகர	500	10	6.5
வேகொல்ல (பாடசாலை ஆசிரியர்)	100	2	5.5
எல்பிட்டிய கிரிபண்டா	100	1	

குறிப்பு - 'தெறுன்னே' கற்பனைப்பெயர்

Yalman Nur 1961: P49

அட்டவணையில் குறிப்பிட்ட நபர்கள் யாவரையும் ஒன்றாகச் சேர்த்து 'கிராமத்துக் குட்டி முதலாளித்து வர்க்கம்' *(Rural Petty Bourgeoisie)* எனலாம். இவ் வர்க்கத்தின் பொருளாதார அடித்தளம் பரிவர்த்தனைச் சாதனங்களின் சிற்றுடைமை *(Ownership of Small Scale Means of Exchange)* ஆகும். இக் கடை வியாபாரிகளும் நில உடமையாளர்களும் கிராமத்து காணிகளில் இருந்து கிடைக்கும் வருமானத்தைப் பெற்று கிராமத்தில் செல்வாக்குள்ள மனிதர்களாக இருந்தனர். இவர்களில் சிலருக்கு கிராமத்துக்கு வெளியே நகரப் பகுதிகளில் தொழில்கள் செய்வதன் மூலமும் மேலதிக வருமானம் கிடைத்தது.

கிராமத்து குட்டி முதலாளித்துவ வகுப்பு, கிராமத்தில் தமக்குள்ள சமூக அந்தஸ்தை பயன்படுத்தி தம் பிள்ளைகளுக்கு வேலை தேடிக் கொடுக்கக் கூடியவர்களாய் இருந்தனர். இதனால் இவர்கள் சமூக – பொருளாதார நிலையில் உயர்ந் தனர். கிராமிய – சமூக நிறுவனங்களான கிராமச் சபைகள், கிராம நலன் விருத்திச் சங்கம், மது ஒழிப்புச் சங்கம், கிராம அபிவிருத்திச் சங்கம் ஆகியவற்றில் முக்கிய பதவிகளை இவர்கள் வகித்தனர். 20ஆம் நூற்றாண்டின் அரசியல் மாற்றங்கள் குட்டி முதலாளி வகுப்பை கிராமத்தின் மிகச் சக்தி வாய்ந்த வகுப்பாக

மாற்றியது. குறிப்பாக 1931இல் சர்வசன வாக்குரிமை வழங்கப் பட்டமை இந்த வகுப்பின் ஆதிக்கம் வளர வழிவகுத்தது. சிங்கள மொழிப் பாடசாலை ஆசிரியர்கள், ஆயுர்வேத வைத்தியர்கள், கிராம சபை உறுப்பினர்கள், கடை முதலாளிகள் ஆகியோர் அரசியல் களத்தில் அதிகாரம் மிக்கவர்களாக விளங்கினர். குட்டி முதலாளித்துவக் கருத்தியல், மேலாதிக்கம் பெற்ற கிராமியக் கருத்தியலாக (Dominant Rural Ideology) விளங்கியது.

உற்பத்தி முறையில் (Mode of Production) முழுமையான மாற்றம் ஏற்பட்டிருக்கவில்லை. ஆனால் முதலாளித்துவ சமூக உறவுகள் கிராம சமுதாயத்தில் வளர்ச்சியடைந்திருந்தன. இந் நிலைமை, வளர்ச்சியுறாத உற்பத்தி முறையின் மீதான புதிய சமூக உறவுகளின் சுமத்துதல் (Super Imposition) எனலாம். இது இலங்கையின் தொழிலாளர் வர்க்கத்தின் இயல்பை நிர்ணயிப்ப தாக அமைந்தது. முதலாளித்துவம் வளர்ச்சியடையும் போது உழைப்பாளி வர்க்கம் உற்பத்திச் சாதனங்களை (Means of Production) இழந்து, உழைப்புச் சக்தியை சந்தையில் விற்பனை செய்பவர்களாக மாறுவர். ஆனால் இலங்கையின் தொழிலாளி வர்க்கம் கிராமப்புறத்தில் வேர் கொண்டதாக இருந்தது. தமது சொத்துக்களை உடமையாக வைத்துக்கொண்டு கிராமத்துக்கு வெளியே அயலில் உள்ள நகரப்பகுதியில் தொழில்செய்து வருமானத்தையும் பெற்றனர். நிலம், வியாபாரக் கட்டிடங்கள், வாகனங்கள் போன்ற உடமைகள் மூலமும் இவர்களுக்கு வருமானம் கிடைத்தது. சமூகவியலாளர் நியூட்டன் குணசிங்க 'கண்டியின் கிராமம் ஒன்றில் உற்பத்தி உறவுகளும் வர்க்கங்களும்' (Production Relations and Classes in a Kandyan Village) என்னும் தலைப்பிலான ஆய்வுக் கட்டுரையில் பின்வருமாறு குறிப்பிடுகிறார்.

"பெருந்தொகையான தொழிலாளர்கள் பிரதான நகரங் களைச் சூழவுள்ள கிராமங்களில் வதிபவர்களாக உள்ளனர். கிராமத்தின் வாழ்க்கைத் தராதரத்தை கொண்டு மதிப்பிடும் போது இவர்கள் உயர் வருமானம் பெறும் குழுவினராக உள்ளனர். அவர்கள் கிராமத்து தொழிலாளர்களையும் வறிய விவசாயக் குடியான்களையும் விட உயர் வருமானத்தைப் பெறுகின்றனர். கிராமத்து மக்களுடன் நகரப் புறத் தொழிலாளர்

இயக்கத்தை தொடர்புபடுத்துபவர்களாக இத் தொழிலாளர்கள் விளங்குகின்றனர். இத் தொழிலாளர்கள் கிராமத்தில் வதிபவர்களாக இருப்பதன் காரணம் அவர்களுக்கு கிராமத்தில் சொத்துக்கள் உடமையாக இருப்பது தான். அவர்கள் கிராமப் பின்னணியில் சுரண்டப்படுவதில்லை; அவர்களின் மீதான உழைப்புச் சுரண்டல் கிராமத்திற்கு வெளியே இடம்பெறுகிறது. அவர்களின் வர்க்க உணர்வு நிலையில் (Class Consciousness) சொத்துடைமை சில மட்டுப்பாடுகளை விதிக்கிறது. எனினும் இதனை பெரிய பின்னடைவு என்றும் கூறமுடியாது (Gunasinghe. Newton 1975)."

தொழிலாளர் வர்க்கத்தின் குட்டி முதலாளித்துவ இயல்புகள், இலங்கையின் குட்டி முதலாளித்துவ வளர்ச்சியின் தன்மையினால் தீர்மானிக்கப்படுவதைக் காணலாம்.

2

கிராமத்துத் தொழிலாளர்களையும் விவசாயக் குடியான்களையும் விட உயர் வருமானத்தைப் பெறும் வர்க்கமான கிராமத்துக் குட்டி முதலாளித்துவ வர்க்கம், நகரத் தொழிலாளர் வர்க்கத்தோடு கொண்டுள்ள பிணைப்புகள் கிராம, நகர உறவுகளில் முக்கியத்துவம் பெற்றன. கிராமத்தில் சொத்துக்களை வைத்துக் கொண்டு நகரத்தில் தொழில் செய்யும் தொழிலாளர்களின் வர்க்க உணர்வு நிலை மட்டுப்பாடுடையதாக விளங்கியது. இலங்கையின் தொழிலாளர் வர்க்கத்தின் பெரும்பகுதியினர் குட்டி முதலாளித்துவ உணர்வு நிலையை உடையவர்களாகக் காணப்பட்டனர்.

பெருந்தோட்ட விவசாயம்

இலங்கையின் முதலாளித்துவ வளர்ச்சியில் பெருந்தோட்ட உற்பத்தி முக்கிய இடத்தைப் பெற்றது. பெருந்தோட்டங்களுக்கான முதலீடு பிரித்தானிய முதலாளிகளால் வழங்கப்பட்டது. வங்கிகளில் அவர்கள் கடன்களைப் பெற்றார்கள். பிரித்தானியக் கம்பனிகள் தோட்டங்களை நிர்வகித்தன. இத்தோட்டங்களில் வேலை செய்வதற்கு கிராமத்து விவசாயக் குடியான்கள்

விரும்பவில்லை. இதனால் வெளியில் இருந்து உழைப்பாளர்கள் கொண்டு வரப்பட்டனர். இறப்பர் தோட்டங்களிலும், தென்னைத் தோட்டங்களிலும் விவசாயக் குடியான்கள் வேலை செய்வதற்கு முன்வந்தனராயினும், பெருந்தோட்டத் துறையின் மொத்தத் தொழிலாளர் தொகையில் இந்தியத் தொழிலாளர்களே பெரும் தொகையினராக இருந்தனர்.

இந்நிலையில் இந்தியத் தொழிலாளர் வர்க்கம் உள்ளூர் மக்களில் இருந்து தனிமைப்படுத்தப்பட்ட நிலையில் வைக்கப்பட்டது. பெருந்தோட்டத்தின் உற்பத்தியுடன் நேரடியாக பிணைக்கப்பட்ட இந்தியத் தொழிலாளரில் இருந்து வேறுபட்டதான தொழிலாளர் வர்க்கம் நகரப்புறச் சேவைத் தொழில்களைச் சார்ந்து உருவாகியது. இச்சேவைத் துறைகளில் கொழும்புத் துறைமுகம், புகைவண்டி போக்குவரத்து என்ற இரு துறைகள் முக்கியம் பெற்றன. சேவைத் துறைகளில் வேலை செய்த உள்ளூர் தொழிலாளர்கள் தொழிற்திறன் மிக்கவர்கள் (Skilled), தொழில்திறன் அற்றவர்கள் என இரு பிரிவினராய் இருந்தனர்.

மேற்குறிப்பிட்ட துறைமுகம், புகைவண்டிப் போக்குவரத்து என்பவற்றில் கொழும்பிலும் பிற நகரங்களிலும் வேலை செய்த தொழிலாளர்கள், பெருந்தோட்ட உற்பத்தியின் மேன்மிகையின் ஒரு பகுதியைப் பெற்றுக் கொள்வதன் மூலம் தோட்டத் தொழிலாளர்களை விட உயர்ந்த வாழ்க்கைத்தரம் உடையவர்களாய் விளங்கினர்.

20ஆம் நூற்றாண்டில் அரசாங்கத்தின் சமூகநலன் சேவைகள் (WELFARE SERVICES) அதிகரித்த போது உள்ளூர் தொழிலாளர் வர்க்கத்தின் வாழ்க்கைத்தரம் ஒப்பீட்டளவில் அதிகரித்தது. அரசாங்கத்திடம் இருந்து மேலும் மேலும் அதிகரித்த நன்மைகளைப் பெறுவதோடு, தமது கிராமத்து உடைமைகளையும் விடாமல் பற்றிக் கொண்டு கிராமத்துடன் பரம்பரை உறவுகளை வளர்த்துக் கொண்டிருந்த உள்ளூர் தொழிலாளர் வர்க்கம் (INDIGENOUS WORKING CLASS) குட்டி முதலாளித்துவ கருத்தியலை உடையதாய் இருந்தது. பொருளாதார நெருக்கீடுகள் ஏற்பட்ட சமயங்களில் மேலதிக சமூகநலன் சேவைகளைத் தருமாறு அரசாங்கத்தின் மீது அழுத்தம் கொடுக்கும் போக்கும் இத்தொழிலாளர் வர்க்கத்திடம் காணப்பட்டது.

கிராமப் புறத்தில் உருவான குட்டி முதலாளித்துவ வர்க்கத்தின் ஒரு சிலர் மட்டுமே பெரு முதலாளிகளாக வளர முடிந்தது. நகரம் சார் பெரு முதலாளித்துவத்தின் வளர்ச்சியும், அதன் மேலாதிக்கமும் 20ஆம் நூற்றாண்டில் கிராமத்துக் குட்டி முதலாளிகள் பெரு முதலாளிகளாக உயர்வதற்கு தடையாக அமைந்தன. அத்தோடு முதலாளித்துவ வளர்ச்சியில் ஏற்பட்ட தேக்க நிலையும் குட்டி முதலாளித்துவம் பெரு முதலாளித்துவமாக மாறுவதற்கு தடையாக அமைந்தது.

இறப்பர் உற்பத்தியில் ஈடுபடும் தொழிலாளர்கள்

Image source - www.ebay.com

இப் பின்னணியில் கிராமத்துக் குட்டி முதலாளித்துவ வர்க்கம் தனது உயர்ச்சிக்கான வேறு வழிகளைத் தேடியது. உயர் கல்வியைப் பெற்று உயர்தொழில்களில் இடம் பிடித்தல், வெண்சட்டை உத்தியோகங்களைப் பெறுதல், திருமண ஒப்பந்தங்கள் மூலம் பணக்கார வகுப்பிற்குத் தாவுதல் ஆகியன குட்டி முதலாளித்துவ வர்க்கத்தின் இலக்குகளாக அமைந்தன. இப் போக்கினை 1911 சனத்தொகை மதிப்பீட்டு அறிக்கையில் டென்ஹாம் (DENHAM) மிகத் தெளிவாக விளக்கியிருந்தார்.

முதிய தலைமுறையினரான பெற்றோர், இளம் தலை முறையினரான தமது பிள்ளைகளின் கல்வியில் முதலீடு செய்வதற்கு விரும்பினர். தமக்குக் கிடைத்த செல்வம் கல்வியைப்

பெற்று உயர்ச்சி அடையும் உரிமையை அளித்துள்ளதாக அவர்கள் கருதினர். காணிகளின் சிற்றுடமையாளர்களான விவசாயிகள் பொருளாதார நிலையில் தம்மை உயர்த்திக் கொண்டபோது தமது மகன் ஒரு நாள் எழுதுவினைஞர் ஆவான் என்றும், அல்லது அதனையும் விட உயர்ந்த கல்வித்தகைமை சார் தொழிலை (LEARNED PROFESSION) பெறுவான் என்றும் ஆசைப்பட்டனர். தந்தையைவிட மகன் உயர் நிலையைப் பெறுதல், அதன் மூலம் செல்வ நிலையில் உயர்வடைதல், குறிப்பாக குடும்பத்தின் சமூக அந்தஸ்து உயர்வடைதல் என்பன இளம் சந்ததியின் இலக்கு களாயின. இளம் தலைமுறை கிராம வாழ்க்கையில் இருந்து விடுதலை பெறத் துடிக்கிறது. உடல் உழைப்பை இளம் தலைமுறை விரும்பாது ஒதுக்குகிறது. கல்வி கற்றால் பரீட்சைகளில் சித்தியடையலாம், உத்தியோகங்களைப் பெறலாம், தமது நிலையை மாற்றி வேறொரு சமூகப் பிரிவின் உறுப்பினராகலாம், தமக்கு விடுதலையைத் தேடலாம், வாழ்க்கையில் உயரலாம் என இளம் தலைமுறையினர் அவாவுகின்றனர் (DENHAM 1911: பக் 398).

மேற்குறிப்பிட்ட வகையான சமூக உயர்ச்சி உந்தல்கள், 20ஆம் நூற்றாண்டில் குட்டி முதலாளி வர்க்க கிராமச் சமுதாயத்தில் முன்னிலையில் இருந்தது. கள ஆய்வுகள் மூலம் பெறப்பட்ட தரவுகள் இதனை உறுதிப்படுத்துகின்றன. 1958ஆம் ஆண்டில் இலங்கைப் பல்கலைக்கழகம் சமூக – பொருளாதார மதிப்பீட்டு ஆய்வை நடத்தியது. (சர்க்கார் மற்றும் தம்பையா 1958) அவ் ஆய்வு பெறுமதிமிக்க தகவல்களை வழங்குகிறது.

பாததும்பற கிராமப் பகுதியில் விவசாயம் அல்லாத பிற தொழில்களில் உழைப்பனவான குடும்பங்கள் பற்றிய விபரம் வருமாறு:

தரப்பட்ட பட்டியலில்;

இல 2 : வியாபாரம்,

இல 3 : சம்பளம் பெறும் தொழில்,

இல 8 : சிறு வர்த்தகம்,

ஆகிய வகைத் தொழில்களில் உயர் வருமானம் பெறுவோர் குட்டி முதலாளி வர்க்கத்தினராவர்.

	தொழில்	குடும்பங்கள்	விகிதாசாரம்	ஆண்டுக்கான சராசரி வருமானம் ரூபா
1.	பெருந்தோட்ட உடமையாளர்கள்	14	6.14	2935
2.	வியாபாரம்	6	2.63	1875
3.	சம்பளம் பெறும் தொழில்	7	3.07	2668
4.	கைத்தொழில்த் துறைத் தொழிலாளர்	6	2.63	1614
5.	பெருந்தோட்டத் தொழிலாளர்	23	10.09	744
6.	சமயாசார தொழிலாளி	113	49.56	901
7.	கைவினைத் தொழில்	20	8.77	845
8.	சிறு வர்த்தகம்	18	7.90	851
9.	மேட்டுநில விவசாயம்	16	7.22	776
10.	தரும நிதி பெறுவோர்	5	2.19	214

இல 1 பெருந்தோட்ட உரிமையாளர்கள் என்ற வகையில் சிற்றளவு பெருந்தோட்டங்களை உடைமை கொண்டுள்ள பிரிவினரும் குட்டி முதலாளிகளாவார்.

சர்க்கார் மற்றும் தம்பையா ஆய்வுக்கு (1958) பின்னர் நியூட்டன் குணசிங்க கண்டியின் தெலும்கொட என்ற கிராமத்தில் கள ஆய்வு நிகழ்த்தினார். அவர் கிராமத்தின் குட்டி முதலாளி வகுப்பின் பின்னணியையும், அதன் குண இயல்புகளையும் பின்வருமாறு விபரித்துக் கூறினார்.

"குட்டி முதலாளித்துவ வர்க்கம் என்பது அடிப்படையில் சிற்றளவு உற்பத்தியையும் சிற்றளவு பரிவர்த்தனையையும் (PETTY PRODUCTION AND EXCHANGE) தனது கட்டுப்பாட்டில் வைத் திருக்கும் வர்க்கமாகும். ஒரு புறத்தில் குட்டி முதலாளிகளை மேலெழும்ப விடாமல் அரைகுறை நிலமானிய உடமை வர்க்கம் (SEMI-FEUDALS) தடுத்தபடி இருக்கிறது. இன்னொரு புறத்தில் நடுத்தர முதலாளி வர்க்கம் (MIDDLE BOURGEOISE) அதனைச் சுரண்டிக் கொண்டிருக்கிறது. அது மட்டுமல்லாமல் குட்டி முதலாளிகள் ஏழைக் குடியான்களுடனும், கிராமத்துத் தொழிலாளர்களோடும் முரண்பட்டு நிற்கும் சந்தர்ப்பங்களை எதிர்கொள்கிறது. இக்காரணங்களால் அவ்வர்க்கம் ஒரு நிலையற்று ஊசலாடும் வர்க்கமாகும். விவசாய உறவுகள் தொடர்பான

மாற்றங்களை நிலச் சீர்திருத்தச் சட்டங்கள் கொணர்ந்த போது குட்டி முதலாளி வர்க்கம் அதனை ஆதரித்தது. ஆயினும் அது நெற்காணிச் சட்டத்தை (Paddy Lands Act) எதிர்த்தது. குட்டி முதலாளிகளின் வேணவா தம்மை நடுத்தர முதலாளிகளாக மாற்றிக் கொண்டு சமூகப்படியில் உயர்வதாகும். ஆயினும் பொருளாதார யதார்த்தம் அவர்களின் முயற்சிகளுக்குத் தடை போடுகிறது. இந்த வர்க்கத்தை ஒரு நண்டுக்கு உவமிக்கலாம். எட்டுக் கால்களையுடைய நண்டு தனது உடலை அசைப்பது போல் குட்டி முதலாளி வர்க்கம் கிராமியப் பொருளாதார நடவடிக்கைகள் பலவற்றிலும் ஒரே சமயத்தில் கால் பதித்து நகருகிறது. அது முரண்பன்மைத்துவப் பண்புகளுடைய வர்க்கமாகும் *(It is a heterogeneous class).*"

நியூட்டன் குணசிங்கவின் மேற்காட்டிய மேற்கோளின் துணையுடன் கிராமச் சமுதாயத்தில் குட்டி முதலாளி வர்க்கத்தின் நிலையையும் வகிபாகத்தையும் புரிந்து கொள்ளலாம். அதன் பொருளாதாரச் சமூக அந்தஸ்து அபிலாசைகள் காலனித்துவத்திற்குப் பிந்திய இலங்கையின் அரசியலில் *(POST COLONIAL POLITICS)* முக்கியமான செல்வாக்கைச் செலுத்தின. 1950களில் முதலாளி வர்க்கம் ஐக்கிய தேசியக் கட்சி, இடதுசாரிக் கட்சிகள் என்ற இரு தரப்புகளுடன் பல முரண்பாடுகளை கொண்டிருந்தது. இலங்கையின் உயர் வர்க்கங்களின் பிரதிநிதியாகவிருந்த ஐக்கிய தேசியக் கட்சியின் பொருளாதாரக் கொள்கைகளும் அதன் பண்பாட்டு மதிப்புகளும் *(CULTURAL VALUES)* குட்டி முதலாளிகளுக்கு ஏற்புடையவனவாக இருக்கவில்லை. அதனால் அவ்வர்க்கம் ஐக்கிய தேசியக் கட்சியை எதிர்த்தது. மறுபுறத்தில் மார்க்சிஸ்டுகள் ஏற்படுத்தக்கூடிய புரட்சிகர மாற்றங்கள், அவ்வர்க்கத்திற்கு அச்சம் தருவனவாய் அமைந்தன. இந்த வர்க்கத்தின் குண இயல்புகளுக்கும் அபிலாசைகளுக்கும் ஏற்புடையதொரு இயக்கமும், தலைவரும் அவ்வேளை தேவைப்பட்டார்.

எஸ்.டபுள்யூ.ஆர்.டி. பண்டாரநாயக்க

Image source - www.ft.lk

குட்டி முதலாளி வர்க்கத்தின் தேவையை நிறைவேற்றும் ஒருவராக எஸ்.டபிள்யு.ஆர்.டி பண்டாரநாயக்க அரசியல் அரங்கில் தோன்றினார். அவர் கிராமத்துக் குட்டி முதலாளிகளை தனது 'சிங்கள மகா சபை' ஊடாக அணி திரட்டினார். அவரது அரசியல் ஆதாரமாக (POLITICAL BASE) சிங்கள மகா சபை அமைந்தது. உள்ளூராட்சி அமைச்சராக இருந்த அவர் தனது அரசியல் அதிகாரத்தை உபயோகித்து தன்னை உள்ளூர் மட்டத்தில் பலப்படுத்திக் கொண்டார். ஐக்கிய தேசியக் கட்சியில் மேற்குமயப்பட்ட செல்வந்த வகுப்பு மேலாதிக்கம் செலுத்தியது. இவ்வுயர் வகுப்பிடம் ஐக்கிய தேசியக் கட்சியின் ஆட்சிக்காலத்தில் அரசியல் அதிகாரம் குவிந்திருந்தது. மரபுவழிப் பண்பாட்டு மரபுடைய குட்டி முதலாளிகளுக்கு ஐக்கிய தேசியக் கட்சியின் மேற்குமயப் பண்பாட்டுச் சார்பு ஏற்புடையதாக இருக்கவில்லை. பண்டாரநாயக்க குட்டி முதலாளிகளின் அபிலாசைகளுக்கு ஏற்ற கட்சியாக சிறிலங்கா சுதந்திரக் கட்சியை (SLFP) கட்டமைத்தார்.

பிலிப் குணவர்த்தன
Image source - wikipedia.org

அவர் 'மகாஜன எக்சத் பெரமுன' (MEP) என்னும் கூட்டணியை உருவாக்கினார். 'மக்கள் ஐக்கிய முன்னணி' எனத் தமிழில் அழைக்கப்படும் இக்கூட்டணியில் இணைந்த தலைவர்களும் கட்சிகளும் பின்வருமாறு:

அ) பிலிப் குணவர்த்தன – அவரின் 'VLSSP' என்ற விப்பிளவக்கார லங்கா சமசமாஜக் கட்சி, LSSP யில் இருந்து பிரிந்து 'புரட்சிகர' (விப்பிளவக்கார) என்ற அடைமொழியைச் சேர்த்துக் கொண்ட கட்சி.

ஆ) டபிள்யு. தகநாயக்கவின் பாஷா பெரமுன -- பாஷா என்றால் 'மொழி'. 'பெரமுன' என்றால் முன்னணி. அதாவது 'சிங்கள மொழி முன்னணி'.

இ) கே.எம்.பி. ராஜரட்ண – ஜாதிக விமுக்தி பெரமுன (தேசிய விடுதலை முன்னணி)

ஈ) ஐ.எம்.ஆர்.ஏ. இரிய கொல்ல – குடியரசுக் கட்சி *(REPUBLICAN PARTY)*

இரிய கொல்ல
Image source - wikipedia.org

மேற்குறித்தவற்றோடு கூட்டணி அமைத்த சிறிலாங்கா சுதந்திரக்கட்சி அக்கூட்டணியின் பிரதான பங்காளியாக விளங்கியது. இலங்கையின் இடதுசாரிக் கட்சிகள் யாவற்றுள்ளும் கிராமப் புறங்களில் அதிகளவு ஆதரவுத்தளத்தைக் கொண்டதாக பிலிப் குணவர்த்தனவின் கட்சியே விளங்கியது. (சிங்கள) பாஷா பெரமுன, ஜாதிக விமுக்தி பெரமுன, குடியரசுக்கட்சி ஆகிய கட்சிகள் குட்டி பூஷ்வா வர்க்கத்தின் பண்பாட்டு விழுமியங்களை மிகச்சிறப்பாகப் பிரதிபலிப்பனவாக இருந்தன.

1956 தேர்தலில் பண்டாரநாயக்கவின் கூட்டணி பெரும்பான்மை ஆசனங்களைப் பெற்று வெற்றி பெற்று வாகை சூடியது. இக்கூட்டணி மொழி, சமயம் என்ற இரு துறைகளிலும் மாற்றங்களைப் புகுத்தியது. பொருளாதார வர்த்தகத் துறையில் தேசியமயமாக்கலை நடைமுறைப் படுத்தி குட்டி முதலாளி வர்க்கத்தின் சில பிரிவினரின் அபிலாசைகளைப் பூர்த்தி செய்தது. ஆயினும் புதிய அரசாங்கம் காலனியம் விட்டுச் சென்ற சமூகப் பொருளாதாரக் கட்டமைப்பில் அடிப்படையான மாற்றங்களைக் கொண்டு வர விரும்பவில்லை. அது மட்டுமல்லாமல் ஆங்கிலம் கற்ற உயர் குழாத்தின் மேலாதிக்கத்திற்கு முடிவு கட்ட வேண்டும் எண்ணமும் அரசாங்கத்திடம் இருக்கவில்லை.

தகநாயக்க
Image source - sundaytimes.lk

இதனால் வரலாற்றில் முதல் தடவையாக கிராமத்து அரசியலில் தனது பிரவேசத்தையும், பலத்தையும் எடுத்துக் காட்டிய குட்டி முதலாளி வகுப்பிற்கு நன்மைகள் பெரியதாகக் கிடைக்கவில்லை. அவ் வர்க்கத்தின் ஆண், பெண் பிள்ளைகளின் அபிலாசைகளை புதிய அரசாங்கத்தினால் நிறைவேற்ற முடியவில்லை.

நிலைமை இவ்வாறாக இருந்த போதும் குட்டி முதலாளித்துவ வர்க்கம் பண்டார நாயக்கவுடனான உறவை முறித்துக் கொள்ளவில்லை. ஏனெனில் அவ்வர்க்கம் உண்மையில் சமூகப் பொருளாதார அமைப்பினைப் புரட்டிப் போடும் மாற்றங்களை எதிர்பார்க்கவோ விரும்பவோ இல்லை. குட்டிப் பூஷ்வா வர்க்கம் மேம்போக்கான சில மாற்றங்களையே எதிர்பார்த்தது. அத்தகைய மாற்றங்களை பிலிப் குணவர்த்தனவின் கட்சியான மகாஜன எக்சத் பெரமுன முயற்சித்தது. ஆனால் அம்முயற்சி தோல்வியுற்றது. இதனால் குட்டி முதலாளி வர்க்கத்திற்கும் பண்டார நாயக்கவிற்கும் இடையிலான உறவு நூலிழையில் ஊசலாடிக் கொண்டிருந்தது. பண்டாரநாயக்கவின் அரசாங்கத்தினால் கொண்டுவரப்பட்ட மாற்றங்கள் மேலோட்டமானவை. அவற்றுக்கு சிறந்த உதாரணம் அவ்வரசாங்கம் 'சிங்களத்தை உத்தியோக மொழி' என உடனடியாகவே அறிவித்தமையாகும். ஆனால் அந்த முடிவைச் செயல்படுத்துவதற்குத் தேவையான நடவடிக்கைகளை அரசு எடுக்கவில்லை.

சிங்களம் உத்தியோக மொழியென்றால் நிர்வாகத்தை, சிங்கள மொழியில் படித்த புத்திஜீவிகளிடம் ஒப்படைத்திருக்க வேண்டும். அது செயற்படுத்தப்படவில்லை.

1956 தொடக்கம் குட்டி முதலாளி வர்க்கத்தின் செயற்பாடுகளில் இரு போக்குகள் வெளிப்பட்டன. பழைய தலைமுறையினரும் பழமைவாதிகளுமான குட்டி முதலாளித்துவப் பிரிவினர் ஐக்கிய தேசியக் கட்சியின் பக்கம் சாயத் தொடங்கினர். இளைய தலைமுறையினரான குட்டி முதலாளிகள் பிரிவு மேலும் மேலும் கிளர்ச்சி மார்க்கத்தை நோக்கி ஈர்க்கப்பட்டனர்.

*1956*இன் தோல்வி மூலம் ஐக்கிய தேசியக் கட்சி பாடம் ஒன்றைக் கற்றுக் கொண்டது. ஐக்கிய தேசியக் கட்சி, குட்டி முதலாளித்துவ வகுப்பின் ஆதரவைப் பெற்றுக் கொள்ள விரும்பியது. *1956*இன் பின்னர் ஐக்கிய தேசியக் கட்சி 'மறு

சீரமைக்கப்பட்டது. இதனைவிட 1956இன் பின்னர் பாராளுமன்ற நடைமுறைகளில் குறிப்பிடத்தக்க சில மாற்றங்கள் நிகழ்ந்தன. பாராளுமன்ற உறுப்பினர் தனது தொகுதியின் மக்களைப் பிரதிநிதித்துவப்படுத்துபவர். அவர் அரச அதிகாரத்தை (STATE POWER) தொகுதி மட்டத்திற்கு எடுத்துச் செல்பவர். அவர் ஒரு அதிகாரமிக்க முக்கியமான நபர் என்ற சிந்தனை மேற் கிளம்பியது. இதனால் பாராளுமன்ற உறுப்பினர்கள் 1956இற்கும் பிந்திய காலத்தில் அதிகாரம் மிக்கவர்களாக மாறினர். அவர்கள் கிராமப்புறத்துப் பழைமைவாதக் குட்டி முதலாளிகளின் அபிலாசைகளை நிறைவேற்றினார்கள். அவர்களின் ஆதரவைப் பாராளுமன்ற உறுப்பினர்கள் பெற்றுக் கொண்டனர். இதன் விளைவாக, இருந்து வரும் சமூக ஒழுங்கமைப்பை மாற்றமுறாமல் காப்பாற்றுவதில் விருப்புடைய பழமைவாதக் குட்டி முதலாளித் துவப் பிரிவு தோற்றம் பெற்றது.

மேற்குறித்தவாறு பழமைவாதிகள் வலதுசாரிகள் பக்கம் சாயத் தொடங்கிய வேளை, படித்த கிராமத்து இளைஞர்களான குட்டி முதலாளி வர்க்கம் தமது தந்தையர்களதும் பாட்டன்களதும் வழியில் செல்வதில் ஆர்வம் காட்டவில்லை. அவர்கள் நாட்டின் சமூகப் பொருளாதார நெருக்கடியின் தாக்கங்களால் பாதிக்கப் பட்டனர். அவர்கள் மைய நீரோட்ட அரசியலில் இருந்து தாம் அந்நியப்பட்டவர்களாய் ஆகியிருப்பதை உணர்ந்தனர். 1960–களில் இலங்கையின் இளைஞர்களை பின்வரும் உலக நிகழ்வுகள் கவர்ந்திழுத்தன.

1. கியூபாவின் புரட்சி
2. வியட்நாம், கம்போடியா, லாவோஸ் ஆகிய இந்தோ–சீன நாடுகளில் எழுச்சி பெற்ற ஏகாதிபத்திய எதிர்ப்புப் போராட்டங்கள்
3. மேற்கு நாடுகளில் தோன்றிய மாணவர்களின் கிளர்ச்சி வாதம்

இவற்றைவிட சமகால சர்வதேச நிகழ்வுகளும் இளைஞர்கள் மீது செல்வாக்கை செலுத்தின. அவர்கள் பழைய தலைமுறை யில் இருந்து மாறுபட்ட அரசியல் கருத்தியலை (POLITICAL IDEOLOGY) ஏற்றுக் கொண்டனர்.

இலங்கையின் சமூகப் பொருளாதார முறைமையில் அடிப்படையான குறைகள் உள்ளன. அதனை ஏற்றுக் கொள்ள முடியாது என எண்ணிய இளந் தலைமுறையினரில் ஒரு பிரிவினர் ஒன்றிணைந்து கூட்டாக அவ்வமைப்பை மாற்ற வேண்டும் எனத் துணிந்தனர். 1960களின் பிற்பகுதியில் இலங்கையில் தோன்றிய கிளர்ச்சிவாத அமைப்புக்களின் பின்புலம் இதுவேயாகும்.

பொருளாதார, அரசியல் கருத்தியல்

கிளரச்சிவாத இளைஞர்களின் பொருளாதார, அரசியல் கருத்தியலில் பின்வரும் நான்கு கூறுகள் வெளிப்பட்டுத் தெரிந்தன.

அ) அவர்கள் ஐக்கிய தேசியக் கட்சி (UNP), சிறீலங்கா சுதந்திரக் கட்சி என்ற இரு கட்சிகளும் இலங்கையின் சமூகப் பொருளாதார அமைப்பை மாற்றியமைப்பதற்குத் தயாராக இல்லை என்பதை உணர்ந்தனர். அவ்விரு கட்சிகளையும் அவர்கள் நிராகரித்தனர்.

ஆ) மரபுவழி இடதுசாரிக் கட்சிகளையும் அவற்றின் தலைமைகளையும் இளைஞர்கள் நிராகரித்தனர்.

இ) பாராளுமன்ற ஜனநாயகம் என்ற செயல்முறையில் நம்பிக்கை இழந்தவர்களாக இக்குட்டி முதலாளி வர்க்கப் பின்புலத்தையுடைய இளைஞர்கள் காணப்பட்டனர். மோசமடைந்து வரும் சமூகப் பொருளாதாரப் பிரச்சனை களுக்கு பாராளுமன்ற ஜனநாயகம் ஒரு தீர்வாக அமைய மாட்டாது எனக் கருதினர்.

> பாராளுமன்ற ஜனநாயகத்தின் மீது ஏற்பட்ட அவ நம்பிக்கைக்கு பலாத்காரப் புரட்சித் தீர்வு தான் வழியெனச் சிந்திக்கும் போக்கு ஏற்பட்டது. புரட்சி ஒன்று விரைவில் வெடிக்கப் போகின்றது எனவும், அதற்கான தயாரிப்பு வேலைகளைத் துரிதமாகச் செய்ய வேண்டும் எனவும் கிளர்ச்சிவாத இளைஞர்கள் நம்பத் தொடங்கினர். இந் நம்பிக்கை காரணமாக அவ்விளைஞர்கள் 'பெரும் போராட்டம்' ஒன்று உடனடியாகவே தோன்றுவதற்கான தயாரிப்பு வேலைகளில் ஈடுபட வேண்டும் எனக் கருதினர்.

தொழிலாளர்களுடனும், விவசாயிகளுடனும் இணைந்து நீண்ட காலப் போராட்டம் ஒன்றை நடத்துவதற்கு அவர்கள் தயாராக இருக்கவில்லை.

ஈ) கிளர்ச்சி இயக்கம், இருந்து வரும் சமூகப் பொருளாதார அமைப்பை மாற்றுவதில் தொழிலாளி வர்க்கம் பிரதான வகிபாகத்தைப் பெறுகிறது என்பதையும் கவனிக்கத் தவறியது. தொழிலாளர் வர்க்கத்தின் வகிபாகத்தை அது குறைத்து மதிப்பிட்டது.

நான்காவதாக குறிப்பிட்ட விடயம் குறித்து விரிவாகக் கூறுதல் அவசியம். 'தொழிலாளர் வர்க்கம்' என்பதற்குப் பதிலாக கிளர்ச்சிவாத இயக்கங்கள் 'ஒடுக்கப்படும் வர்க்கம்' *(OPPRESSED CLASS)* என்ற எண்ணக் கருத்தை முன்வைத்தன. இது தொழிலாளர் வர்க்கம் என்பதை விட விரிவான வகைப்பாடு ஆகும்.

'ஒடுக்கப்பட்ட வர்க்கம்' என்பது சொத்துக்கள் அற்றது *(PROPERTYLESS)* என்றும் வரைவிலக்கணம் கொடுக்கப்பட்டது. இவ் வரைவிலக்கணம், பாட்டாளி வர்க்கத்திற்குள் சொத்துக்கள் எதனையும் உடமையாக வைத்திருக்காத இளைஞர்களாகிய தாமும் அடங்குகிறோம் என்ற முடிவை அடைவதற்கு அவர்களைத் தூண்டியது. இச் சிந்தனைப்போக்கு இவ் இளைஞர் குழுக்களின் குட்டி முதலாளித்துவக் கருத்தியலைத் தெளிவாக எடுத்துக் காட்டு கிறது. ரோஹண விஜேவீரவின் பின்வரும் கூற்று இதற்குச் சான்றாகும்.

"தொழிலாளர் வர்க்கம் என்பதன் பொருள் யாது? அது பாட்டாளி வர்க்கத்தின் ஒரு பகுதி அல்லவா? பாட்டாளிகள் நாடு முழுவதும் பரவி உள்ளனர். தமது உழைப்பை விற்பனை செய்பவர்கள், இன்று நாட்டில் தம் உழைப்பை விற்று சீவிக்க முடியாத நிலையில் எங்கும் பரவி உள்ளனர். வேலையற்றவர் களான கிராமத்து இளைஞர்கள், சேனைப் பயிர் செய்வோர், குத்தகைக்குப் பயிர் செய்வோர் என்ற வகையினரான பலர் தம் உழைப்பை விற்க முடியாதவர்களாய் வேலையற்றவர்களாய் இருக்கின்றனர்.

இவர்கள் எந்த வகைக்குள் சேர்க்கப்பட வேண்டியவர்கள்? தொழிலாளி வர்க்கத்தை, மேற்குறித்தவர்களை உள்ளடக்காத

தனிப்பிரிவாக வகைப்படுத்த முடியாது. அப்படி வகைப்படுத்தி னால் மாணவர்கள், ஆசிரியர்கள், மருத்துவர்கள், பொறியிய லாளர்கள் என்று பலவகையான வர்க்கப் பிரிவுகள் இருக்கின்றன என்றல்லவா கூற வேண்டி ஏற்படும்?”

(1970ஆம் ஆண்டு செப்டெம்பர் 13ஆம் திகதி புதிய நகர மண்டபத்தில் நடைபெற்ற பொதுக் கூட்டத்தில் விஜேவீர மேற்கண்டவாறு குறிப்பிட்டார். இது ‘ரத்துலங்கா’ – சிவப்பு லங்கா – 1971 மார்ச் இதழ், பக். 4இல் பதிவு பெற்றுள்ளது.)

மக்கள் விடுதலை முன்னணியின் அரசியல் கருத்தியலின் பிரதான கூறுகளை மேலே எடுத்துக் காட்டினோம். இவ் அரசியல் கருத்தியலுக்கு அமைவாகவே அக்கட்சியின் ஒழுங்கமைப்பு முறைகள் அமைந்தன. மக்கள் விடுதலை முன்னணி குட்டி முதலாளித்துவ வர்க்கம் எதிர்நோக்கிய நெருக்கடிகளின் பின்னணியில் தோன்றியது. 1971 ஏப்ரல் கிளர்ச்சி, இடதுசாரி இயக்கம் இளைய தலைமுறையினரிடமிருந்து எதிர்நோக்கிய அறைகூவல் ஆகும். மக்கள் விடுதலை முன்னணியை இந்த நோக்கில் ஆய்வு செய்வது பயன் தருவது.

3

இலவசக் கல்வித் திட்டமும் மக்கள் விடுதலை முன்னணியின் இளைஞர்களும்

இலங்கையின் இலவசக் கல்வித் திட்டம் நடைமுறைப்படுத்தப் பட்டதன் விளைவாகத் தோன்றிய கிராமப்புறத்தின் படித்த இளைஞர்களே, மக்கள் விடுதலை முன்னணியினைத் தோற்று வித்தவர்கள் என்பதைப் பல ஆய்வாளர்கள் சுட்டிக் காட்டி யுள்ளனர். இத்தொடர்பைச் சுட்டிக் காட்டியவர்கள் கல்வித் துறையில் ஏற்பட்ட இம்மாற்றங்களின் முக்கியத்துவத்தை சமூக வரலாற்று நோக்கு முறையில் விளக்குவதற்குத் தவறியுள்ளனர். இலங்கையில் கல்வி பரவலாக விரிவாக்கம் பெற்றமை ஒரு குறிப்பிட்ட வகை கல்வி முறைமையை (EDUCATION SYSTEM)

c.w.w. கன்னங்கரா
Image source - www.dailymirror.lk

நடைமுறைக்குக் கொண்டு வந்தது. இக் கல்வி முறைக்கும் குட்டி முதலாளித்துவ வகுப்பின் அபிலாசைகளுக்கும் இடையில் உள்ள தொடர்பு, கல்வி முறைமைக்குள் நெருக்கடியை உருவாக்கியதை ஆய்வாளர்கள் சரியாக ஆய்வு செய்து இனங்காண்பதற்குத் தவறியுள்ளனர்.

இலங்கையில் இருந்துவரும் கல்விமுறை 19ஆம் நூற்றாண்டில் காலனியத்தின் தேவைகளை நிறைவேற்றுவதற்காக உருவாக்கப்பட்டது. அரசாங்கம் அப்போது கல்வித் தராதரங்கள் இவையெனத் தீர்மானித்தது. அத் தராதரங்களுக்கு அமைய பாடசாலைகளை நிறுவி கல்வியை போதிக்கும் பொறுப்பை கிறிஸ்தவ மிசனரிகளுக்கு வழங்கியது. கல்வி நிறுவனங்களை முகாமை செய்துவந்த மிசனரிகளின் பாடசாலைகளுக்கு உதவிநிதி (கல்வி மானியம்) வழங்கப்பட்டது. கிறிஸ்தவ மிசனரிகள் கல்வியின் மீது கட்டுப்பாட்டை வைத்திருந்தமைக்கு எதிரான பண்பாட்டு எதிர்வினை பௌத்தர்களிடமிருந்தும் இந்துக்களிடமிருந்தும் கிளம்பியது. இதன் பயனாக பௌத்த இந்துப் பாடசாலைகளும் போட்டியிட்டுப் பாடசாலைகளை ஆரம்பித்தன.

இவ்வாறு உருவான கல்வி முறை கல்வியோடு இணைந்த குறித்த வகையான விழுமிய முறையைக் (VALUE SYSTEM) கொண்டதாய், அரசாங்கம் விதித்த நியமங்களுக்கு ஏற்ற வகையில் இயங்கத் தொடங்கியது. நகரப் புறங்களிலும், கிராமப் புறங்களிலும் கல்வி வசதிகள் பெருகின. கல்வியின் இப்பெருக்கம் இரு காரணிகளால் வேகமடைந்தது. முதலில் பல்வேறு சமயப் பிரிவினர்களிடையே ஏற்பட்ட போட்டி கல்வியின் பெருக்கத்திற்கு காரணமாயிற்று. அடுத்ததாக டொனமூர் அரசியல் அமைப்பின் கீழ் அமைக்கப்பட்ட மந்திரி சபைகளில் கடமையாற்றிய அமைச்சர்களிடம் கல்வித் துறைப் பொறுப்பை காலனிய அரசாங்கம் கையளித்தது. கல்வி அமைச்சரான c.w.w. கன்னங்கரா 1943இல் இலவச கல்வித் திட்டத்தைச் செயற்படுத்தினார்.

இத்திட்டம் கல்வியின் விரைவான விரிவாக்கத்திற்கு காரணமாயிற்று. குறிப்பாக கிராமப்புற மாணவர்களுக்கு தேசிய மொழிக் கல்வி வழங்கப்பட்டது.

சுதந்திரத்திற்குப் பிற்பட்ட காலத்தில் கல்வித் துறையில் இரு முக்கிய இயல்புகள் வெளிப்பட்டன.

அ) இரண்டாம் நிலைக் கல்வியிலும் (SECONDARY EDUCATION) பல்கலைக்கழகக் கல்வியிலும் விரைவான விரிவாக்கம் இடம்பெற்றது.

ஆ) இவ் விரிவாக்கம் இடம்பெற்ற போது காலனிய கல்வி முறைக் கட்டமைப்பில் மாற்றம் இருக்கவில்லை. அவ்வமைப்புத் தொடர்ந்து நீடித்தது.

இதனை விட சனத்தொகைப் பெருக்கம் விரைவாக ஏற்பட்டது. தமது பகுதிகளில் போதிய கல்வி வசதிகள் இல்லையெனக் கூறிப் பாராளுமன்ற உறுப்பினர்கள் அரசாங்கத்தின் மீது அழுத்தம் கொடுத்தனர். தூரப் பகுதிகளில் எல்லாம் மத்திய மகா வித்தியாலயங்கள் திறக்கப்பட வேண்டும் என்ற கோரிக்கை எழுந்தது. அவ்வாறு பாடசாலைகள் திறக்கப்பட்டு முதல் நிலைக் கல்வியும் இரண்டாம் நிலைக் கல்வியும் விரிவாக்கம் பெற்றன.

இப்பாடசாலைகளில் தாய்மொழியில் (சிங்களம், தமிழ்) கல்வி கற்பிக்கப்பட்டதால் கல்வி பயிலச் சேரும் மாணவர் தொகை பல மடங்காக அதிகரித்தது. முதல் நிலை, இரண்டாம் நிலைக் கல்வியின் பெருக்கத்தின் காரணமாக பல்கலைக்கழகங்களிலும் கற்கும் மாணவர் தொகை அதிகரித்தது. 1958ஆம் ஆண்டில் வித்தியாலங்கார, வித்தியோதய என்ற 'இரு பிரிவேனாக்களும்' பல்கலைக்கழக அந்தஸ்தைப் பெற்றன. 1965இல் கொழும்பு பல்கலைக்கழக வளாகம் ஆரம்பிக்கப்பட்டது. பேராதனைப் பல்கலைக்கழகத்தின் மாணவர் தொகையும் அதிகரித்தது.

முதல் நிலை, இரண்டாம் நிலைக் கல்வியில் மாணவர் சேர்வு ஒவ்வொரு 5 ஆண்டுக்கிடையிலும் எவ்வாறு அதிகரித்தது என்பதைப் பின்வரும் புள்ளி விபரங்கள் எடுத்துக் காட்டுகின்றன.

ஆண்டு	மாணவர் சேர்க்கை
1948	1192423
1953	1578349
1958	1886138
1963	2482613
1968	2604777

இவ்வாறு அதிகரித்துச் சென்ற மாணவர் சேர்வுத் தொகை 1970ஆம் ஆண்டில் 27 லட்சத்துப் 16 ஆயிரத்து 187 ஆக உயர்ந்திருந்தது.

கல்வித் துறையின் அபிவிருத்தி இலங்கையின் குறைவிருத்தியின் ஒரு அம்சமாகும். வளர்ச்சியடையாது தேக்கமுற்ற ஒரு பொருளாதாரத்தில் படித்த இளந்தலைமுறையினர் உழைப்புச் சந்தையில் அதிகரித்துச் சென்றமை நெருக்கடிக்குக் காரணமா யிற்று. அதிகரித்த ஒவ்வொரு அலகு உழைப்பையும் (UNIT OF LABOUR) பயனுடைய வழியில் உள்ளீர்க்கும் வலுவுடையதாகப் பொருளாதாரம் இருக்கவில்லை. குட்டி முதலாளி வர்க்கத்தினர் தம் பிள்ளைகளின் கல்வியில் முதலீடு செய்தனர். தாம் செய்யும் முதலீடு உரிய பயனைத் தரக்கூடிய சிறந்த முதலீடு என நம்பினர். அவர்களுடைய பிள்ளைகள் படிப்பை முடித்ததும் 'வேலையற்றோராக' இருப்பதைக் கண்டதும் அவர்கள் ஏமாற்றமும் விரக்தியும் அடைந்தனர். படித்தவர்களின் வேலையின்மை ஏற்படுத்திய அதிருப்தியையும் மக்கள் விடுதலை முன்னணியின் எழுச்சிக்கான காரணங்களையும் 'தேசப்பிரேமி' (தேச பக்தன்) என்னும் மக்கள் விடுதலை முன்னணியின் பத்திரிகையில் வெளியான கட்டுரையொன்றிலிருந்து எடுக்கப்பட்ட பின்வரும் மேற்கோள் எடுத்துக் காட்டுகிறது.

"எண்ணற்ற பிரச்சினைகளினால் அல்லாடும் எமது பெற்றோர் வியர்வை சிந்தி உழைத்த பணத்தைக் கொண்டு உணவையும் உடுக்கத் துணியையும் கொள்வனவு செய்வதற்குப் பதிலாக எமது கல்விக்காகச் செலவிட்டார்கள். அவர்கள் இருப்பதற்கு ஒரு வீட்டைக் கட்டியிருக்கலாம். எதையும் செய்யாமல் எமக்கு உதவினர். நாம் கண் தூங்காது நித்திரையின்றி வருந்திப்

படித்தோம். பரீட்சைகளில் சித்தி எய்தினோம். நாம் பட்டங்களைப் பெற்றோம். ஊழல் மலிந்த நவ காலனிய பொருளாதார முறையை ஒழித்து சோஷலிச சமூகம் ஒன்றை கட்டி எழுப்புவதற்குப் பதிலாக அந்தப் பொருளாதார முறை மீதே நம்பிக்கை கொண்டு செயற்பட்டோம். இதற்குரிய தண்டனை இன்று எமக்குக் கிடைத்திருக்கிறது. நாம் இப்போது தெருக்களில் அலைகிறோம். முதலாளிகளின் ஏளனத்துக்கும் சிரிப்புக்கும் உரியவர்களாக ஆகியுள்ளோம். ('தேசப் பிரேமி' 19070 ஆகஸ்ட் 8)

கல்வி முறைமையில் சமத்துவமின்மை

1967ஆம் ஆண்டு பல்கலைக் கழகத்திற்கு தெரிவு செய்யப்பட்ட மாணவர்களில் கிராமப்புற மாணவர்கள் மத்திய மகா வித்தியாலயங்கள், பௌத்த பிரிவேனாக்கள் ஆகியவற்றில் கல்வி கற்றவர்களாகக் காணப்பட்டனர். இக்கல்வி நிறுவனங்கள் பெரும் எண்ணிக்கையில் கலைப்பிரிவுப் பாடங்களைக் கற்றோரைப் பல்கலைக்கழங்களிற்கு அனுப்பி வைத்தன. சட்டம், விஞ்ஞானம், மருத்துவம், விவசாய விஞ்ஞானமும் கால்நடை மருத்துவமும், பொறியியல் ஆகிய துறைகளுக்கு மகா வித்தியாலயங்களிலும், மத்திய மகா வித்தியாலயங்களிலும் இருந்து தெரிவானோர் மிகக் குறைந்த எண்ணிக்கையினராகவே இருந்தனர். 1970ஆம் ஆண்டில் பல்கலைக்கழகங்களிற்கு தெரிவானோர் பற்றிய புள்ளி விபரங்கள்

1967ஆம் ஆண்டில் வெவ்வேறு கல்விப் பீடங்களுக்கு தெரிவு செய்யப்பட்டோர் - பாடசாலைகளின் வகையின் அடிப்படையிலான தெரிவு செய்யப்பட்டோர் வீதாசாரம்

பாடசாலைகள் வகை	சமூக விஞ்ஞானம்	சட்டம்	விஞ்ஞானம்	மருத்துவம்	விவசாய விஞ்ஞானமும் கால்நடை மருத்துவமும்	பொறியியல்	மொத்தம்
மகா வித்தியாலயம்	98.1	-	1.2	0.5	-	0.9	100
மத்திய மகா வித்தியாலயம்	83.5	0.4	7.2	2.1	1.7	5.1	100
ஏனைய அரசுப் பாடசாலைகள்	51.7	1.8	16.2	16.1	1.7	12.4	100
தனியார் பாடசாலைகள்	23.9	4.2	16.0	0.5	0.5	17.6	100
பிரிவேன	99.0	0.5	0.5	-	-	-	100
தனிப்பட்ட பரீட்சார்த்திகள்	67.4	0.5	10.4	15.7	3.4	2.6	100
வகைப்படுத்தப்படாதவை	80.0	-	-	-	-	10.0	100

கீழே காணப்படும் அட்டவணையில் தரப்பட்டுள்ளன. இப்புள்ளி விபரங்கள் கல்வி முறைமையில் நிலவிய சமத்துவமின்மையை எடுத்துக் காட்டுவன.

1965இன் பின்னர் சமூக விஞ்ஞானங்களை (கலைப் பாடங்களை) படித்த பட்டதாரிகளிற்கு வேலை கிடைக்க வில்லை. அவர்கள் வேலையற்றோர் பட்டாளத்தில் சேர்ந்தனர். கல்வி வாய்ப்புக்கள் சமத்துவமற்ற முறையில் பகிரப்பட்டிருந் தமையால் கிராமப்புற மாணவர்கள் கலைப் பாடங்களைப் பல்கலைக்கழகங்களில் கற்பதும் பின்னர் வேலையில்லாதவர்களாக இருப்பதுமான நிலை தோன்றியது. வேறு வார்த்தைகளில் கூறுவதானால் குட்டி முதலாளித்துவ வர்க்கத்தினதும், ஏனைய அரைப் பாட்டாளி வர்க்கம் மற்றும் பட்டாளி வர்க்கம் ஆகியவற்றினதும் இளைஞர்கள் வேலையின்மையால் அவதியுற்றனர்.

டட்லி சியர்ஸ் (DUDLEY SEERS) குழுவின் அறிக்கை வேலை யின்மைப் பிரச்சனை அக்காலத்தில் முதன்மையும் முக்கியத்துவ முடையதாகவும் இருந்தமையைப் பின்வருமாறு விளக்கிக் கூறியது.

சிறிமாவோ பண்டாரநாயக்க

Image source - www.britannica.com

"வேலையின்மையால் இளைஞர்கள் மிகுந்த கஷ்டத்திற்கு ஆளாயினர்; வேலையொன்றைப் பெறுவதில் நீண்ட காலம் வீணே கழிந்தது. தாம் பெற்ற கல்விக்கு ஏற்ற சமூக அந்தஸ்தைத் தரக்கூடியதும், பாதுகாப்பானதும், தகுந்த வருமானம் தருவதுமான தொழிலைப் பெறும் உரித்தை தாம் பெற்ற கல்வி தமக்கு வழங்கி யுள்ளது என நம்பிய இளைஞர்கள் விரக்திக்குள்ளாயினர். நாம் மாதிரி மதிப்பீடு (SAMPLE SURVEY) ஒன்றை நிகழ்த்தினோம். அம்மதிப்பீட்டின் போது பட்டச்சான்றிதழ் பெற்றவர்களையும் க.பொ.த (சாதாரணம்) சான்றிதழ் பெற்றவர்களையும் நேர்காணல் செய்தோம். அப்போது கல்வியை முடித்த பின் உழைப்புச் சந்தை என்ற யதார்த்தத்தில் தாம் எதிர்கொண்ட இன்னல்களையும் வலி மிகுந்த அனுபவங்களையும் அவர்கள் எமக்கு எடுத்துக் கூறினர். மூன்று ஆண்டுகள் அல்லது அதற்கும் மேலான காலம் தாம் வேலை தேடி அலைந்ததையும், சமூகத்திற்கு எவ்விதப் பயனும் அற்றவர்களாகத் தாம் இருந்ததையும் எடுத்துக் கூறினர்.

அவ்விதம் தாம் அலைவுற்ற காலம் தான் தம் ஆற்றல்களின் உச்ச காலம் என்றும், அது வாழ்க்கையின் அதி உச்சமான விளைதிறன் மிக்க (THE MOST PRODUCTIVE YEARS) காலமாக இருந்திருக்க வேண்டும் என்றும் கழிவிரக்கத்தோடு குறிப்பிட்டனர். தமது பெற்றோரையும் குடும்பத்தினரையும் நண்பர்களையும் எதிர்கொண்டபோது நாணிக் கூசும் நிலையில் இருந்ததாகவும் கூறினர். அவ் இளைஞர்களின் மனதில் பதிந்திருந்த கசப்புணர்வும் கோபமும் இயல்பானதாகவே தோன்றியது. அவர்களுக்கு வேலையொன்று கிடைத்த பின்பும் இக் கசப்புணர்வும் கோபமும் தொடரவும் கூடும்."

"இளைஞர்கள் தமது அபிலாசைகளை நிறைவேற்ற முடியாத நிலையில் ஏற்பட்ட விரக்தி மக்கள் விடுதலை முன்னணியின் தோற்றத்திற்கான காரணங்களில் ஒன்றாகும். வேலையற்ற இளைஞர்கள் தமது பெற்றோருக்கு ஒரு சுமையாக அமைந்தனர். அவர்களது பெற்றோர்களால் அவ் இளைஞர்களைப் பராமரிக்க முடியவில்லை. இளைஞர்கள் கல்வித் தகைமைச் சான்றிதழ்களை தமது பிரதான சொத்தாகக் கருதினர். ஆனால் வேலையைப் பெறுவதற்கு அச்சான்றிதழ்கள் உதவாத போது ஏமாற்றமும் விரக்தியும் அடைந்தனர்."

பீட்டர் கெனமன்
Image source - thuppahis.com

"சந்தேகத்தின் பேரில் கைது செய்யப்பட்ட கிளர்ச்சியாளர்களில் 80 வீதத்தினர் மகா வித்தியாலயங்கள் என்ற வகைப் பாடசாலைகளில் கல்வி கற்றவர்களாய் இருந்தனர். அவர்களில் 6.4 வீதத்தினர் மத்திய மகா வித்தியாலயங்களில் கற்றவர்கள். இவையும் முதல் வகையை ஒத்த பாடசாலைகளே. இவ்விரு வகைப் பாடசாலைகளும் கிராமத்து மாணவர்களின் உயர்தரப் பாடசாலைகளாக விளங்கின. இப்பாடசாலைகளில் வழங்கப்பட்ட கல்வி கிளர்ச்சிக்கான காரணிகளில் முக்கியமானது."

கணநாத் ஒபய சேகர அவர்களின் மேற்படி கூற்று, கிராமத்து இளைஞர்களின் கல்வியில் இவ்வகைப் பாடசாலைகள் பெற்ற முக்கியத்துவத்தை எடுத்துக் காட்டுகிறது.

பிராந்தியங்களில் மத்திய மகா வித்தியாலயங்கள், மக்கள் விடுதலை முன்னணியின் நடவடிக்கைகளுக்கான முக்கிய களங்களாக அமைந்தன.

1. அனுராதபுரம் மத்திய மகா வித்தியாலயம்
2. கேகாலை மத்திய மகா வித்தியாலயம்
3. தொலங்கம மத்திய மகா வித்தியாலயம்

ஆகியவை மக்கள் விடுதலை முன்னணியின் முக்கிய களங்களாக அமைந்த பாடசாலைகளுக்குச் சிறந்த உதாரணங்களாகும்.

சந்தேகத்தின் மீது கைது செய்யப்பட்ட கிளர்ச்சியாளர்கள் கல்வி கற்ற பாடசாலைகளின் வகையும், பல்கலைக்கழகங்களின் பெயர்களும் கீழே தரப்பட்டுள்ள அட்டவணையில் குறிப்பிடப் பட்டுள்ளன. அக் கல்வி நிறுவனங்களில் கற்றோர் எண்ணிக்கையும் வீதாசாரமும் அட்டவணையில் தரப்பட்டும் உள்ளன.

பாடசாலைகள் வகை	சமூக விஞ்ஞானம்	சட்டம்	விஞ்ஞானம்	மருத்துவம்	விவசாய விஞ்ஞானமும் கால்நடை மருத்துவமும்	பொறியியல்	மொத்தம்
மகா வித்தியாலயம்	98.1	-	1.2	0.5	-	0.9	100
மத்திய மகா வித்தியாலயம்	83.5	0.4	7.2	2.1	1.7	5.1	100
ஏனைய அரசுப் பாடசாலைகள்	51.7	1.8	16.2	16.1	1.7	12.4	100
தனியார் பாடசாலைகள்	23.9	4.2	16.0	0.5	0.5	17.6	100
பிரிவேன	99.0	0.5	0.5	-	-	-	100
தனிப்பட்ட பரீட்சார்த்திகள்	67.4	0.5	10.4	15.7	3.4	2.6	100
வகைப்படுத்தப்படாதவை	80.0	-	-	-	-	10.0	100

குறைவிருத்திப் பொருளாதாரம்

இளைஞர் வேலையின்மையும் அவர்களின் விரக்தி நிலையும் பற்றி விரிவாகக் குறிப்பிட்டோம். உண்மையில் இவை யாவும் இலங்கையின் பொருளாதாரத்தின் குறை விருத்தியின் (UNDER DEVELOPED ECONOMY OF SRI LANKA) விளைவே ஆகும்.

1948இல் பிரித்தானியர் இலங்கைக்கு அரசியல் சுதந்திரத்தை வழங்கிவிட்டு நீங்கிய போது, விட்டுச் சென்ற பொருளாதார முறைமை குறைவிருத்தி முதலாளித்துவப் பொருளாதாரத்திற்கு (UNDER DEVELOPED CAPITALIST ECONOMY) சிறந்தவோர் உதாரணமாகும். இலங்கைப் பொருளாதாரம் வெளியில் இருந்து வரும் ஆதிக்கத்தின் (EXTERNAL DOMINATION) காரணமாக வளர்ச்சி நோக்கி முன்னேற முடியாத நிலையில் இருந்தது. 1960களில் இலங்கைப் பொருளாதாரத்தின் பின்னடைவும் குறை விருத்தியும் பின்வரும் மூன்று இயல்புகள் ஊடாக வெளிப்பட்டன.

1. ஏற்றுமதி வருமானத்தின் வீழ்ச்சி
2. அந்நியக் கடன் அதிகரித்தல்
3. வேலையின்மைப் பிரச்சனை அதிகரித்தல்

இலங்கை ஏற்றுமதியால் கிடைத்த வருமானத்தைக் கொண்டு நுகர்வுக்கான தேவைகளை இறக்குமதி செய்து வந்தது. உலகச் சந்தையில் இலங்கையின் ஏற்றுமதிகளுக்கான விலைகள் குறைந்து

சென்றன. அதேவேளை இலங்கை இறக்குமதி செய்த நுகர்வுப் பொருட்களின் விலைகள் உயர்ந்து சென்றன. இதனால் இலங்கையின் வர்த்தக மாற்று விகிதம் (TERMS OF TRADE) பாதகமாக மாறியது.

என். எம். பெரேரா
Image source - www.dailymirror.lk

இலங்கையின் 80 வீதமான ஏற்றுமதி வருமானத்தை உழைத்துத் தரும் தேயிலை, இறப்பர் என்ற இரண்டு ஏற்றுமதிப் பொருட்களின் விலைகள் 1960-1970 காலத்தில் முறையே 30 வீதமாகவும், 40 வீதமாகவும் வீழ்ச்சியுற்றன. ஆயினும் விலை வீழ்ச்சியால் ஏற்பட்ட இழப்பைச் சரி செய்யக் கூடிய வகையில் ஏற்றுமதிகளின் அளவு உயரவில்லை.

1961-1970 காலத்தில் வர்த்தக மாற்று விகிதம் (TERMS OF TRADE) 37 வீதம் வீழ்ச்சியுற்றது. இது ஆண்டுக்கு சராசரி 4 - 5 வீத வீழ்ச்சியாகும். இவ் வீழ்ச்சி காரணமாக இலங்கை தனது நுகர்வுத் தேவைகளை ஈடு செய்யக் கூடியதாக இறக்குமதிகளைச் செய்ய முடியவில்லை.

ஏற்றுமதி வருமானத்திற்கும் இறக்குமதிச் செலவுகளுக்கு மிடையிலான இடைவெளி வரவு செலவுத்திட்டப் பற்றாக் குறையாக (BUDGET DEFICIT) வெளிப்பட்டது. 1960 - 1970 காலத்தில் சில ஆண்டுகளுக்கான வரவு செலவுத்திட்டப் பற்றாக்குறைப் புள்ளி விபரங்கள் கீழே தரப்பட்டுள்ளன.

ஆண்டு	வரவு-செலவு திட்டப் பற்றாக்குறை (மில்லியன் ரூபா)
1960-61	500 மில்.ரூபா
1964-65	520 மில்.ரூபா
1965-66	652 மில்.ரூபா
1967-68	850 மில்.ரூபா

1968–69	947 மில்.ரூபா
1969–70	1150 மில்.ரூபா

பல மடங்காக அதிகரித்துச் சென்ற வரவுசெலவுப் பற்றாக்குறையை நிரப்புவதற்கு இரு வழிமுறைகள் இருந்தன.

1. வர்த்தக விகிதத்தை இலங்கைக்கு சாதகமாக மாற்றுதலும் அந்நிய நிதி உதவியைப் பெறுதல். இம் முதலாவது வழி சாத்தியப்படவில்லை.

2. உலக வங்கியிடமும் சர்வதேச நாணய நிதியத்திடமும் (IMF) கடன் பெறுதல். 1960ஆம் ஆண்டுக்குப் பிற்பட்ட கால நிதி அமைச்சர்கள் இந்த இரண்டாவது வழியையே பின்பற்றினார்கள். வெளிநாடுகளிடம் இருந்தும் சர்வதேச நிறுவனங்களிடமிருந்தும் கடன்களும் நிதி உதவியும் தொடர்ந்து பெறப்பட்டது.

இதனால் இலங்கையின் பொருளாதாரம் மேற்கு நாடுகளில் தங்கியிருக்கும் பொருளாதாரமாக ஆகியது. இதன் பொருளாதார விளைவுகளில் சில பின்வருமாறு:

1. 1968இல் அரிசி மானியம் குறைக்கப்பட்டது.

2. அவ்வாண்டில் இலங்கை ரூபா நாணயத்தின் பெறுமதி குறைக்கப்பட்டது.

3. நாணயப் பெறுமதி இறக்கத்தின் விளைவாக நுகர்வுப் பொருட்களின் விலைகள் அதிகரித்தன.

4. வாழ்க்கைச் செலவுச் சுட்டெண் (COST OF LIVING INDEX) 1960இல் 103.5 ஆகவிருந்து 1965இல் 111.5 ஆகவும் 1970இல் 130.5 ஆகவும் உயர்ந்தது.

5. வேலையின்மையும், குறைவேலையின்மையும் அதிகரித்தன.

6. தொழிலாளர் வர்க்கத்தினதும், குட்டி முதலாளித்துவ வர்க்கத்தினதும் வாழ்க்கைத் தரத்தில் வீழ்ச்சி ஏற்பட்டது.

இலங்கையின் பொருளாதார நெருக்கடிக்கு சமூகத்தின் பல்வேறு பிரிவினரும் எதிர்ப்பு நடவடிக்கைகள் மூலம் எதிர்வினையாற்றினர்.

பண்டாரநாயக்க முதல் ஜேவிபி வரை...

1966இல் தோட்டத் தொழிலாளர்கள் பல வேலை நிறுத்தங்களைச் செய்து எதிர்ப்பை வெளியிட்டனர். 1967இல் தனியார் துறை தொழிற்சங்கங்களும் 1968இல் அரசாங்கத் திணைக்கள தொழிற்சங்கங்களும் 1969இல் அரசாங்க கூட்டுத் தாபனத் தொழிற்சங்கங்களும் வேலை நிறுத்தங்களில் ஈடுபட்டன.

கொல்வின் ஆர்.டி. சில்வா
Image source - en.wikipedia.org

குட்டி முதலாளித்துவ வர்க்கத்தின் இளைய தலைமுறை பொருளாதார நெருக்கடியின் அழுத்தத்தை உணர்ந்தது. தமது முன்னைய தலைமுறை அனுபவித்த வாழ்க்கை வசதிகள் தமக்கு இல்லாமல் போவதை அவர்கள் கண்கூடாகக் கண்டனர்; அனுபவத்தால் உணர்ந்தனர்.

புதிய முறைமை குட்டி முதலாளித்துவத்தின் அபிலாசைகளை பூர்த்தி செய்யக் கூடியதாய் இருக்கவில்லை. அரசியல் எதிர்ப்பை தொழிலாளர் வர்க்கம் முன்னெடுக்க தவறிய பின்னணியில் மக்கள் விடுதலை இயக்கம் எழுச்சி பெற்றது.

4

சந்தேகத்தின் அடிப்படையில் கைது செய்யப்பட்ட கிளர்ச்சியாளர்கள் குற்றவியல் நீதி விசாரணை ஆணைக்குழு (CRIMINAL JUSTICE COMMISSION - சுருக்க எழுத்து: CJC) முன்னிலையில் விசாரணைக்காக நிறுத்தப்பட்டனர். அவ்வாணைக் குழுவின் முன்னிலையில் சாட்சியமளித்த ரோஹண விஜயவீர தமது கட்சி ஏன் புதிய இடதுசாரி இயக்கம் (NEW LEFT MOVEMENT) ஒன்றை

ஆரம்பித்தது என்பதற்கான விளக்கத்தை பின்வருமாறு குறிப்பிட்டார்.

"பழைய இடதுசாரி இயக்கம் சோஷலிசப் பாதையில் (நாட்டை) எடுத்துச் செல்லும் திறன் படைத்ததாய் இருக்க வில்லை. அது வங்குரோத்து நிலையில் இருந்தது. முதலாளித்துவ வகுப்பிற்கு முட்டுக் கொடுக்கும் இயக்கமாக இருந்த அதற்கு தொழிலாளர் வர்க்கத்தின் உரிமைகளையும், தொழிலாளர் வர்க்கத்தின் தேவைகளையும் பாதுகாக்கவும், நிறைவு செய்யவும் போதிய தகைமைகள் இருக்கவில்லை. இதனால் நாம் புதிய இடதுசாரி இயக்கம் ஒன்றை தொடங்குவதன் தேவையை உணர்ந்தோம்."

1965இல் இடதுசாரி இயக்கத்திற்குள் நெருக்கடி ஏற்பட்ட தெனக் குறிப்பிட்டோம். இந்த நெருக்கடிதான் மக்கள் விடுதலை முன்னணியினைத் தோற்றுவித்த புற நிலைமையாகும். இப் புறநிலையின் வெளிப்பாடாக அமைந்த அகநிலையைப் புரிந்து கொள்வதன் மூலமே நாம் மக்கள் விடுதலை முன்னணியின் தோற்ற மூலத்தை விளங்கிக் கொள்ளலாம். இதற்காக எமக்கு இலங்கையின் இடதுசாரி இயக்கத்தின் வரலாற்றைப் பற்றி விளக்கும் தேவை உள்ளது.

இலங்கையின் இடதுசாரி இயக்க வரலாறு: முக்கிய போக்குகள்

இலங்கையின் இடதுசாரி இயக்கத்தைத் தோற்றுவித்தவர்கள் கிராமியக் குட்டி முதலாளி வர்க்கத்தின் வசதி படைத்த ஒரு பிரிவின் புத்திரர்களாவர். இவர்கள் மேற்கு நாட்டுக்கு சென்று கல்வி கற்ற போது மார்க்சியத்தின் செல்வாக்கிற்கு உட்பட்டவர் களாய் நாடு திரும்பினர். அவ்வாறு நாடு திரும்பி இடதுசாரி இயக்கத்தை தொடங்கிய இவ்விளைஞர்கள், தம்மையும் தம் குடும்பத்தையும், கிராமத்தின் உயர் மத்திய வகுப்பு (UPPER MIDDLE CLASS) என்ற உயர் நிலைக்கு விரைவில் உயர்த்திக் கொண்டனர். கொழும்பு நகரத்தின் தொழிலாளர்கள், இளைஞர் குழுக்கள் மத்தியில் தமது அரசியல் வேலைகளை ஆரம்பித்த இவ்விளைஞர்கள், ஏ.ஈ குணசிங்க என்ற தொழிற்சங்கத் தலைவரின் நடவடிக்கைகளால் விரக்தியடைந்திருந்த

தொழிலாளர்களைத் தம் பக்கம் கவர்ந்தனர். 1932ஆம் ஆண்டில் கொல்வின் ஆர்.டி. சில்வா, வெள்ளவத்தை நெசவுச் சாலையின் தொழிலாளர்களை ஒன்று சேர்த்து ஒரு தொழிற்சங்கத்தை ஆரம்பித்தார். 1934இல் அவர் 'கம்கறுவ' (தொழிலாளி) என்ற செய்திப் பத்திரிகையை வெளியிடத் தொடங்கினார். இதனையடுத்து 'சூரியமல் இயக்கம்', 'மலேரியா ஒழிப்பு இயக்கம்' என்பன மூலம் இளைஞர் குழுக்களை அரசியல் மயப்படுத்தி தேசிய அரசியல் நீரோட்டத்தில் இந்த இடதுசாரிகள் பங்கேற்கச் செய்தனர்.

1935 சட்ட சபைத் தேர்தல்

மேற்குறித்தவாறு i. வெள்ளவத்தை நெசவாலைத் தொழிலாளர் சங்கம், ii. 'கம்கறுவ' பத்திரிகை, iii. சூரியமல் இயக்கம், iv. மலேரியா ஒழிப்பு இயக்கம் என்பன மூலம் அரசியலில் புகுந்து கொண்ட கொல்வின் ஆர்.டி. சில்வா போன்றவர்கள், டொனமூர் அரசியல் யாப்பின்படி 1935இல் தேர்தல் ஒன்று நடத்தப்படவிருந்த நிலையில், அவ்வாண்டில் லங்கா சமசமாஜக் கட்சி (LSSP) என்ற கட்சியைத் தோற்றுவித்தனர். அக்கட்சி 'மார்க்சிஸ்ட் அரசியல் கட்சி' ஒன்றிற்கான கறாரான வரையறைகளின்படி தோற்றுவிக்கப் படவில்லை. மாறாக சமூகச் சீர்திருத்தவாத பாராளுமன்றவாதக் கட்சியாகவே (SOCIAL REFORMIST PARLIAMENTARY PARTY) தோற்றம் பெற்றது. கட்சியின் கொள்கை அறிக்கை, தேர்தல் பிரகடனத்தில் (ELECTION MANIFESTO) இருந்து அடிப்படையில் வேறுபாடு உடையதாக இருக்கவில்லை. எவரும் 25 சதத்தை உறுப்புரிமைக் கட்டணமாகச் செலுத்திக் கட்சியின் உறுப்பினராகி விடலாம் என்ற நிலை இருந்தது.

1937இல் கட்சியின் ஒழுங்கமைப்பில் சில மாற்றங்கள் வெளிப்பட்டன. கட்சியைக் கட்டுக் கோப்புள்ள அமைப்பாக மாற்றும் முயற்சிகள் மேற்கொள்ளப்பட்டன. ஆயினும் 'லெனினிசக் கொள்கைப்படியான கட்சி' என்ற கட்டுக் கோப்பான அமைப்பை இன்று வரை மரபுவழி இடதுசாரிக் கட்சிகள் கொண்டிருக்கவில்லை.

1935–1965 காலத்தில் இடதுசாரிகளுக்குள் பிளவுகள் ஏற்பட்டுக் கொண்டிருந்தன.

1. ஸ்டாலின் – ட்ரொட்ஸ்கி சர்ச்சையால் இது எழுந்தது. பெரும்பான்மையினர் ட்ரொட்ஸ்கிஸ வாதிகளாய் இருந்தனர். ஸ்டாலினிஸ வாதிகள் வெளியேற்றப்பட்டனர். கட்சியை விட்டு வெளியேற்றப்பட்டவர்கள் தம்மை ஐக்கிய சோஷலிசக் கட்சியினர் என அழைத்தனர். இப்பெயர் 1943இல் கம்யூனிஸ்ட் கட்சி என மாற்றப்பட்டது.

2. 1950இல் கொல்வின்.ஆர்.டி. சில்வா கட்சியில் இருந்து வெளியேறி போல்செவிக் லெனினிஸ்ட் கட்சி (B.L.P) என்ற பெயரில் கட்சியொன்றை ஆரம்பித்தார். இக்கட்சி 1950இல் ல.ச.ச கட்சியுடன் மீண்டும் இணைந்தது.

3. இவ்வேளை இன்னொரு குழு பிலிப் குணவர்த்தன தலைமையில் பிரிந்து சென்று L.S.S.P(V) என்ற பெயரில் கட்சி அமைத்தது.

4. பிலிப் குணவர்த்தனவின் கட்சி 1956இல் பண்டார நாயக்கவுடன் இணைந்து மக்கள் ஐக்கிய முன்னணி (மகாஜன எக்சத் பெரமுன – MEP) என்ற பெயருடன் இயங்கியது.

5. 1962இல் சர்வதேச மட்டத்தில் சீன – சோவியத் முரண்பாடுகள் வலுப் பெற்றன. இதன் விளைவாக இலங்கை கம்யூனிஸ்ட் கட்சியில் ஒரு பிரிவு கம்யூனிஸ்ட் கட்சி (பீகிங் பிரிவு) எனப் பிரிந்து சென்றது.

6. C.P, LSSP, MEP என்ற ஆங்கில எழுத்துக்களால் சுட்டப் பெற்ற மூன்று பிரதான கட்சிகளிடையே உட்கட்சிப் பிளவுகள் தோன்றியபடி இருந்தன. ஆயினும் அவை மூன்றும் இணைந்து 1963இல் ஐக்கிய இடதுசாரி முன்னணி (U.L.F) என்ற கூட்டணியை உருவாக்கின.

1964 கூட்டணி அரசாங்கமும் ஐக்கிய இடதுசாரி முன்னணி உடைதலும்

மூன்று கட்சிகளும் ஒன்றிணைந்து ஐக்கிய இடதுசாரி முன்னணியை அமைத்தமை இடதுசாரிகள் ஒன்று சேர்ந்து பலம் மிக்க சக்தியாகச் செயற்படுவர் என்ற நம்பிக்கையை உருவாக்கியது. ஆயினும் திருமதி சிறிமா பண்டார நாயக்க

தலைமையில் 1964இல் அமைக்கப்பட்ட கூட்டணி அரசில் ல.ச.ச கட்சியும், கம்யூனிஸ்ட் கட்சியும் இணைந்து ஆட்சி அமைத்தபோது, இடதுசாரி ஐக்கிய முன்னணி உடைந்தது. திருமதி பண்டார நாயக்கவுடன் ல.ச.ச கட்சி சேர்ந்தமையை எதிர்த்து அக்கட்சியின் உறுப்பினர்களான எட்மண்ட் சமரக்கொடி, மெரில். பெர்ணான்டோ என்ற இருவரும் பிரிந்து சென்று புரட்சிகர லங்கா சமசமாஜக் கட்சி என்ற கட்சியை நிறுவினர். 1965இல் நடத்தப்பட்ட பொதுத் தேர்தலில் ஐக்கிய தேசியக் கட்சியின் தலைமையில் கூட்டணி அரசாங்கம் ஆட்சியைக் கைப்பற்றியது.

மேற்குறித்த விதமாக இடதுசாரிக் கட்சிகளிடையே பிரிவுகள் ஏற்பட்டதன் விளைவாக இடதுசாரிக் கட்சிகளின் இளைஞர் களிடையே விரக்தியும் ஏமாற்றமுமிருந்தது. 1965இல் கிளர்ச்சி வாத இரகசிய குழுக்கள் தோன்றியதும் பின்னர் அக்குழுக்களில் விஜயவீர குழு மேலாதிக்கம் பெற்ற குழுவாக எழுச்சி பெற்றதும் இப்பின்னணியிலேயே நிகழ்ந்தது. நூலின் பக்.33இல் ஜி.பி. கீரவல்ல இது பற்றி கூறியிருப்பவை வருமாறு:

“மரபுவழி இடதுசாரி இயக்கத்தினுள் வலதுசாரிப் போக்குகள் வளர்ச்சி பெற்றதன் விளைவாக கம்யூனிஸ்ட் கட்சியின் பீகிங் பிரிவு, இடதுசாரிப் போக்குடையவர்களிடையே செல்வாக்குப் பெறலாயிற்று. கம்யூனிஸ்ட் பீகிங் பிரிவு 1965 காலத்தில் விரைவாகத் தனது செல்வாக்கை விரிவாக்கியது. ஆயினும் மரபுவழி இடதுசாரிக் கட்சிகள் மீது அவற்றின் வலதுசாரிகளுடன் இணங்கிப் போகும் போக்கினால் வெறுப்படைந்திருந்த இளைஞர் பிரிவினரைக் கவரக்கூடிய செயல் திட்டம் அக்கட்சி யிடம் இருக்கவில்லை. இக்காரணத்தினால் அக்கட்சிக்குள் (கம்யூனிஸ்ட் கட்சி – பீகிங் பிரிவு) பல பிரிவினைவாத உட்குழுக்கள் தோன்றின. ‘கினிபுப்புர குழு’, ‘பெரதிக சுலங்க குழு’, ‘சுமித் தெவிநுவர குழு’, ‘நிகால் டயஸ் குழு’ ஆகிய குழுக்கள் அக்காலத்தில் செயற்பட்டன. இவை ஒன்றிணைந்து பின்னர் ஜனதா விமுக்தி பெரமுன என்ற பெருங்குழுவாக மேற்கிளம்பியது. மேற்குறித்த ஒவ்வொரு குழுவும் மரபுவழி இடதுசாரி இயக்கத்தில் நுழைந்த சீர்கேடுகளைத் திருத்தி உண்மையான கம்யூனிஸ்ட் கட்சி ஒன்றை உருவாக்குவதே தமது நோக்கம் எனக் கூறின. முதலில் சரத் விஜயசிங்க குழுவும், தர்ம சேகர குழுவும், விஜய வீர குழுவுடன் இணைந்தன. மக்கள்

விடுதலை முன்னணியினர் மிகுந்த அர்ப்பணிப்புடனும், உணர்ச்சி வேகத்தோடும் இயங்கினர். இதன் பயனாக குறுகிய காலத்திற்குள் அவ்வியக்கம் நாட்டில் மிகவும் சக்திவாய்ந்த ஒழுங்கமைப்புடைய அமைப்பாக உருவாக்கம் பெற்றது."

மரபுவழி இடதுசாரி இயக்கத்தில் காணப்பட்ட குறைகளே மக்கள் விடுதலை முன்னணியின் தோற்றத்திற்கான மூலகாரணம் என முன்னர் குறிப்பிட்டோம். அக் கருத்தை சான்றுப்படுத்து வனவாக அமைந்த விடயங்கள் சில வருமாறு:

1. இடதுசாரிக் கட்சித் தலைவர்களின் வாழ்க்கை முறை

இடதுசாரிக் கட்சிகளின் தலைவர்கள் சமூகத்தின் உயர் வகுப்பைச் சேர்ந்தவர்களாக இருந்தனர். அவர்களுக்கும் இலங்கையின் குறைவிருத்திப் பொருளாதாரத்தின் பாதிப்புக் களுக்கு ஆளான கிராமப்புறத்துப் படித்த இளைஞர்களின் வாழ்க்கை நிலைக்கும் இடையே பெரிய இடைவெளி நிலவியது. இடதுசாரிக் கட்சி தலைவர்கள் மேற்கு நாட்டுக்குச் சென்று கல்வி கற்றவர்கள். அவர்கள் நாட்டிற்குக் திரும்பியதும் சட்டம் போன்ற உயர் தொழில்களில் (PROFESSIONS) ஈடுபட்டனர். அவர்களின் வாழ்க்கைத்தரம் உயர்வானதாக இருந்தது. இந்தப் பண்பு காரணமாக அவர்களுக்கும் ஐக்கிய தேசியக் கட்சி, சிறீலங்கா சுதந்திரக் கட்சி போன்ற வலதுசாரிக் கட்சிகளின் தலைவர்களுக்கும் இடையே வேறுபாடு காணப்படவில்லை. இதனால் முதலாளித்துவ வகுப்பின் மீது இளைஞர்களுக்கு ஏற்பட்ட கோபம் இடதுசாரிக் கட்சித் தலைவர்களை நோக்கியும் திரும்பியது. இது பற்றிச் சமூகவியலாளர் கணநாத் ஒபயசேகர பின்வருமாறு குறிப்பிட்டுள்ளார்.

"(இலங்கையின்) பிரதான அரசியல் கட்சிகளை ஆளும் உயர் குழாம் (RULING ELITE) ஒன்றின் உட்பிரிவுகளாகவே கொள்ள முடியும். ஐக்கிய தேசியக் கட்சி அதற்கடுத்த நிலையில் சிறிலங்கா சுதந்திரக் கட்சி என்ற இரண்டும் வலதுசாரிக் கட்சிகள். லங்கா சமசமாஜக்கட்சி (ட்ரொட்ஸ்கிஸவாதிகள்), கம்யூனிஸ்ட் கட்சி என்பன இடதுசாரிக் கட்சிகள். இவற்றின் கட்சிக் கொள்கைப் பிரகடனங்களும், அவற்றின் கருத்தியல்களும் அடிப்படையான வேறுபாடுகளைக் கொண்டனவாய் உள்ளன. ஆனால் இக்கட்சிகள் யாவற்றினதும் தலைவர்கள் எல்லோரும் ஒரே சமூக

வர்க்கத்தைச் சேர்ந்தவர்களாகவே காணப்படுகிறார்கள். அவர்கள் யாவரும் ஒரே விதமான பாடசாலைகளில் கற்றவர்கள், அவர்கள் (மாலை வேளைகளில்) ஒரே 'கிளப்'களில் கூடுவர். அவர்கள் தமக்கிடையே ஆங்கிலத்தில் உரையாடுவார்கள். அரசியல் கட்சி வேறுபாடுகளைக் கடந்து அவர்களுக்கிடையே திருமண உறவுகளை ஏற்படுத்திக் கொண்டனர். ட்ரொட்ஸ்கிஸ கட்சியினதும், கம்யூனிஸ்ட் கட்சியினதும் தலைவர்கள் வறிய மக்கள் பிரிவினராக இருந்ததில்லை. இப்போதும் அவர்கள் அப்பிரிவில் இருந்து வந்தவர்களாக இல்லை. அவர்கள் யாவரும் பணவசதி படைத்த பின்னணியில் இருந்து தோன்றியவர்கள். அவர்கள் உயர் தரமான வாழ்க்கை முறைகளைக் கொண்டவர்களாய் இருப்பதில் கூச்சமடைவதில்லை. இவர்களின் நெருங்கிய உறவினர்களும், சகோதரர்களும், சகோதரிகளும், பிள்ளைகளும் வலதுசாரிக் கட்சிகளில் உறுப்பினர்களாக இருப்பார்கள்.

சில சந்தர்ப்பங்களில் இத் தலைவர்களின் பெற்றோர்கூட வலதுசாரி அரசியல் கட்சிகளோடு தொடர்பு உடையவர்களாக இருப்பார்கள். இவர்கள் சார்ந்திருக்கும் சமூக வலைப்பின்னல் அமைப்பு (SOCIAL NETWORK) அதிகாரத்தினதும் வசதி வாய்ப்புக்களினதும் ஆதார மூலமாக இருந்து வருகிறது. இடது சாரித் தலைவர்களால் விவசாயக் குடியான்கள் இயக்கத்தைக் கட்டியெழுப்ப முடியாமல் போனது ஒரு தற்செயலான விடய மல்ல. அவர்களது வர்க்கச் சார்பு நிலையும், அவர்கள் விவசாய வர்க்கத்தில் இருந்து அந்நியப்பட்டவர்களாய் தனிமைப்பட்டு நிற்பதுமே இதற்கான மூல காரணமாகும். அவர்கள் தொழிலாளர் களின் தொழிற்சங்கங்களை அமைப்பதில் வெற்றி கண்டனர் என்பது உண்மையே. ஆயினும் தொழிற்சங்கங்களின் தலைவர் களுக்கும் தொழிலாளர்களிற்கும் இடையே உள்ள சமூக இடை வெளி மிகப்பெரிது"

(இம்மேற்கோள் '1971 ஏப்ரல் கிளர்ச்சியின் பின்புலம் – சில குறிப்புகள்' என்ற பொருளில் கணநாத் ஒபயசேகர எழுதிய கட்டுரையில் இருந்து பெறப்பட்டது)

(SOME COMMENTS ON THE SOCIAL BACKGROUND OF THE APRIL 1971 INSURGENCY IN SRI LANKA (CEYLON) GANANATH OBEYSEKEARA - JOURNAL OF ASIA STUDIES VOL 33, NO 3 MAY 1974, P.380)

பொருளாதார நெருக்கடியின் சுமைகளால் அழுந்திக் கொண்டிருந்த இளைஞர்கள், தமது ஒடுக்குமுறைக்கு விடிவு தேடினார்கள். உயர் கல்வியைச் சிங்கள மொழியில் கற்றவர்களான இவ்விளைஞர்களால் இடதுசாரித் தலைவர்கள் மீது நம்பிக்கை வைத்துச் செயற்பட இடமிருக்கவில்லை. இளைஞர்களின் இந்த நம்பிக்கையின்மையை விஜயவீர தனக்குச் சாதகமாகப் பயன்படுத்தினார்.

2. இடதுசாரிக் கட்சிகளின் சீர்திருத்தவாதக் கொள்கைகள்

மக்கள் விடுதலை முன்னணி, இடதுசாரிக் கட்சிகள் பின்பற்றிய சீர்திருத்தவாதத்திற்கு எதிர்வினையாகத் தோன்றிய இயக்கமாகும். மக்கள் விடுதலை முன்னணியின் 'விமுக்தி' (விடுதலை) என்ற பத்திரிகையின் 1970 ஜனவரி 20 இதழில் இருந்து பெறப்பட்ட மேற்கோள் வருமாறு:

"1935ஆம் ஆண்டு டிசம்பர் 15ஆம் திகதி தொடக்கப்பட்ட இடதுசாரி இயக்கத்தின் சமூக சீர்திருத்தவாதம் தற்செயலான ஒரு விடயமன்று. அதன் தொடக்கமே ஒரு சோக நாடகத்தின் தொடக்கமும் ஆகும். அன்று முதல் துரோகங்கள், உட்பகைகள் நம்பிக்கைகளைச் சிதறடித்தல் என்பனவே தொடர்கதையாயிற்று."

நாட்டின் குறை விருத்திப் பொருளாதார முறை மீது இளைஞர்களுக்கு இருந்த வெறுப்பும் கோபமும் அம்முறைமையினை சீர்திருத்தங்கள் மூலம் மேம்படுத்தலாம் என்று கருதிய கட்சிகள் மீதான வெறுப்பாகவும் கோபமாகவும் வெளிப்பட்டதைக் காணலாம்.

3. வலதுசாரிகளுடன் கூட்டணிக்கு எதிர்ப்பு

இடதுசாரிக் கட்சிகள் 1960–களில் தமது 30 ஆண்டு கால அரசியல் வரலாற்றில் இல்லாத வகையில் வலதுசாரிக் கட்சியுடன் கூட்டணியில் சேர்ந்து ஆட்சியமைக்க முன் வந்தனர். இக் கொள்கையால் இடதுசாரிக் கட்சிகள் ஒன்று சேர்ந்து அமைத்த ஐக்கிய இடதுசாரி முன்னணி (UNITED LEFT FRONT - U.L.F) உடைந்து சிதறியது. லங்கா சமசமாஜக் கட்சி ஐக்கிய இடதுசாரி முன்னணியில் இருந்து வெளியேறி சிறிலங்கா சுதந்திரக் கட்சியுடன் இணைந்து ஆட்சி அமைத்தது. மக்கள்

விடுதலை முன்னணியின் 'ஐந்து விரிவுரைகளில் ஒரு விரிவுரை', 'இலங்கையின் இடதுசாரி இயக்கத்தின் வரலாறு' என்ற தலைப்பில் அமைந்தது. மக்கள் விடுதலை முன்னணி ஐக்கிய இடதுசாரி முன்னணி உடைக்கப்பட்டதை இடதுசாரிகளின் துரோகச் செயலாக எடுத்துக் காட்டியது. அரசாங்கத்தில் சிலர் 'சோஷலிஸ்ட்' அமைச்சர்கள் என்ற பெயருடன் பதவி வகிப்பதால் அமைச்சரவையின் முதலாளித்துவப் பண்பு மாறப்போவதில்லை என மக்கள் விடுதலை முன்னணியின் பிரச்சாரம் அமைந்தது.

4. இடதுசாரிகளின் தொழிற் சங்கங்களில் நம்பிக்கையின்மை

மரபுவழி இடதுசாரிகள் கட்டி வளர்த்த தொழிற்சங்கங்களும் அவர்களுடைய சீர்திருத்தவாதப் பாதையிலேயே பயணிக்கின்றன என மக்கள் விடுதலை முன்னணி சுட்டிக் காட்டியது. இடதுசாரித் தலைவர்கள் தொழிற்சங்கங்களை தொழிலாளர் வர்க்க அரசியலுக்குள் கொண்டு செல்லவில்லை.

தொழிற்சங்கங்கள் குறைவிருத்திப் பொருளாதார அமைப்பை மாற்றியமைப்பதற்குப் பதிலாக முதலாளித்துவ வகுப்பிடம் சலுகைகளை கேட்பனவாகவே செயற்பட்டன. மக்கள் விடுதலை முன்னணி தொழிற்சங்க இயக்கத்தில் புகுந்த பொருளாதார வாதத்தை (ECONOMISM) எடுத்துக் காட்டியது. ஆயினும் அக்கட்சி தொழிற்சங்கங்களில் நம்பிக்கையற்றதால் தொழிலாளர் வர்க்கத்தில் இருந்து தன்னைத் தனிமைப்படுத்திக் கொண்டது. இடதுசாரிகள் தொழிற்சங்கங்களில் தமது ஆதிக்கத்தை நிலை நிறுத்தியிருந்தனர். இந் நிலையில் மக்கள் விடுதலை முன்னணி தொழிற்சங்கங்கள் மீது அவநம்பிக்கை கொண்டதால் அவற்றில் இருந்து தன்னை அந்நியப்படுத்தியும் தனிமைப்படுத்தியும் கொண்டது.

5. கிராமத்து விவசாய வர்க்கம்

மரபுவழி இடதுசாரிகள், கோட்பாட்டு நிலையில் தொழிலாளர் விவசாயக் கூட்டும் ஐக்கியமும் (WORKER PEASANT ALLIANCE) எனப் பேசிக் கொண்டிருந்தனர். ஆனால் நடைமுறையில் அவ் இடதுசாரிகளிடம் விவசாய வர்க்கத்தை அணி

திரட்டும் எந்த விதமான செயல் திட்டமும் இருக்கவில்லை. பிற நாடுகளோடு ஒப்பிடுகையில் இலங்கையின் விவசாய வகுப்பு நகரங்களோடு கூடியளவு பிணைப்புடையதாக இருந்துள்ளது. விவசாய வகுப்பு, கல்வி முன்னேற்றம் காரணமாக அரசியல் உணர்வுமிக்கதாய் வளர்ச்சியுற்றிருந்தது. ஆயினும் விவசாய வகுப்பை இடதுசாரி இயக்கத்தால் கருத்தியல் ரீதியாக வென்றெடுக்க முடியவில்லை. கிராமத்துக் குட்டி முதலாளித்துவ வர்க்கத்தின் பழைய தலைமுறை மரபுவழி சமூகக் கருத்தியலை *(TRADITIONAL SOCIAL IDEOLOGY)* ஏற்றுக் கொண்டிருந்த காரணத்தால் கிராம சமுதாயத்தின் உறுதி நிலைக்கு எவ்வித அச்சுறுத்தலும் எழவில்லை. ஆயினும் இளைய தலைமுறையினர் சமூக ஒழுங்கமைப்பை முழுமையாக மாற்ற வேண்டும் என்ற சிந்தனை உடையவர்களாகக் காணப்பட்டனர்.

விவசாய வர்க்கம் பற்றிச் சிந்திக்கும் பொழுது 1960–70–களில் உலர் வலயத்தின் விவசாய வர்க்கத்தின் நிலை தனித்து நோக்கப்பட வேண்டியது. ஈர வலயத்தின் கிராமங்களோடு உலர் வலயக் குடியேற்றங்களை ஒப்பிடுகையில் இலங்கையின் சமனற்ற வளர்ச்சி *(UNEVEN DEVELOPMENT)* என்ற பண்பு வெளிப்படையாகிறது.

உலர் வலய விவசாயிகள் கல்வியில் பின் தங்கியவர்களாய் கல்வி வசதிகள் அற்றவர்களாய் இருந்தனர்.

இப்பகுதிகளில் சுகாதார வசதிகள் மிக மோசமான நிலையில் இருந்தன.

போக்குவரத்து தொடர்பு சாதனங்கள் வளர்ச்சியற்ற நிலையில் உலர் வலய விவசாயிகள் பல பிரச்சினைகளை எதிர் கொண்டனர்.

உதாரணமாக அனுராதபுர மாவட்டம் முழுமைக்குமாக க.பொ.உயர்தர விஞ்ஞானப் பாடங்களைக் கற்கக் கூடிய பாடசாலைகள் மூன்று மட்டுமே இருந்தன. பொலநறுவை மாவட்டத்தில் க.பொ.த.உயர்தரம் வரை விஞ்ஞானப் பாடங்களைப் படிக்கக்கூடிய ஓரேயொரு பாடசாலை மட்டுமே இருந்தது. கல்வியில் மட்டுமல்லாமல் ஏனைய சமூக நல வசதிகளும் உலர்வலய குடியேற்றங்களின் மக்களுக்குக் கிடைக்கவில்லை. உலர்

வலய கிராமவாசிகள் வரட்சியால் பாதிக்கப்பட்டனர். வறண்ட காலத்தில் நீர்ப்பற்றாக்குறை பெரும் பிரச்சினையாக இருந்தது. மலேரியா தொற்றுநோய் உலர் வலயங்களில் கட்டுப்பாட்டிற்குள் கொண்டு வரப்படாமல் தொடர்ந்தது.

மரபுவழி இடதுசாரிக் கட்சிகள் விவசாய வர்க்கத்தை அணி திரட்டுவதில் தோல்வியடைந்தமையால் ஏற்படுத்தப்பட்ட வெற்றிடத்தை மக்கள் விடுதலை முன்னணி பயன்படுத்திக் கொண்டது. மக்கள் விடுதலை முன்னணியின் பார்வையில் இலங்கையில் மூன்று பிரிவினரிடம் புரட்சிக்கான உள்ளாற்றல் இருந்தது. அவை:

1. நகரத் தொழிலாளி வர்க்கம்
2. தோட்டத் துறையின் தொழிலாளி வர்க்கம்
3. கிராமப்புற விவசாயப் பாட்டாளிகள்

இந்த மூன்று பிரிவினரில் முதலிரு பிரிவினரும் பின்வரும் காரணங்களால் புரட்சிக்கு உதவ முடியாத பிரிவினர்களாக ஆயினர் என மக்கள் விடுதலை முன்னணி முடிவு செய்தது.

அ) நகரத் தொழிலாளர் வர்க்கம்

இவ்வர்க்கம் அரசியல் மாயைக்குள் இருந்தது. அது புரட்சிகர சக்தி என்ற தகுதியை இழந்து விட்டது.

ஆ) தோட்டத் தொழிலாளர் வர்க்கம்

தோட்டத்துறையின் (தமிழ்) தொழிலாளர்கள் இந்திய விஸ்தரிப்பு வாதத்தின் (INDIAN EXPANSIONISM) கையாட்கள் என்ற நிலையில் உள்ளனர்.

இக்காரணங்களால் கிராமத்து விவசாயப் பாட்டாளிகளே உண்மையான புரட்சிகர சக்தி என்று மக்கள் விடுதலை முன்னணி முடிவு செய்தது.

கிராமப்புறத்து குட்டி முதலாளித்துவ வகுப்பினரிடையே தமது பிரச்சார அணி திரட்டலை நடத்தி வந்த மக்கள் முன்னணி 1970இல் தனது இருப்பை வெளிக் காட்டியது.

தலைமறைவாக அதுகாலம்வரை இயங்கிய மக்கள் விடுதலை முன்னணி 1970–1971 காலத்தில்,

1. தம்புத்தேகம
2. ராஜங்கனை
3. தெனியாய

ஆகிய இடங்களில் வெகுஜன செல்வாக்குடைய இயக்கமாக வெளிப்பட்டது.

சர்வதேச நிலைமைகள்

1971இன் மக்கள் விடுதலை முன்னணியின் கிளர்ச்சியை அக்காலப் பகுதியின் சர்வதேச அரசியல் நிகழ்வுகளில் இருந்தும், மூன்றாம் உலக நாடுகளின் அரசியல் போக்குகளில் இருந்தும் தனிமைப்படுத்தி நோக்க முடியாது. சர்வதேச அரசியலில் இரண்டு முக்கியமான போக்குகள் மக்கள் விடுதலை முன்னணியின் அரசியல் கோட்பாட்டின் உருவாக்கத்தில் முக்கிய தாக்கத்தை ஏற்படுத்தின.

அவையாவன:

- இராணுவச் சதிப் புரட்சி என்னும் அரசியல் ஆபத்து
- கியூபாவின் புரட்சி

அ) இராணுவச் சதிப் புரட்சி என்னும் அரசியல் ஆபத்து

வெகுஜன ஆதரவுடன் தேர்தல் மூலம் ஆட்சி அதிகாரத்தைக் கைப்பற்றிய அரசுகள் பல 1960களில் இராணுவச் சதிப் புரட்சிகள் மூலம் கவிழ்க்கப்பட்டன. 1965இல் இந்தோனேசியாவின் சுகர்ணோ, இராணுவச் சதிப் புரட்சி மூலம் தூக்கி வீசப்பட்டார். கானாவின் நிகுறுமாவும், இலத்தீன் அமெரிக்க நாடுகளின் அரசுகளின் தலைவர்களும் இவ்வாறே ஆட்சி அதிகாரத்தில் இருந்து இராணுவச் சதிப் புரட்சியால் நீக்கப்பட்டுக் கொண்டிருந்தனர். மக்கள் விடுதலை முன்னணியின் 5 விரிவுரைகளில் ஒரு விரிவுரை 'அரசியல் ஆபத்து' (THE POLITICAL THREAT) என்ற தலைப்பில் அமைந்தது. அது இலங்கையில் இராணுவச் சதிப்புரட்சியின் ஆபத்துப் பற்றி அரசியல் வகுப்புக்களில் விளக்கம் கொடுத்தது.

1. சமாதான வழியில் சோஷலிசம் என்ற பாதையை தேர்வு செய்தால் இராணுவச் சதிப் புரட்சியை தவிர்க்க முடியாதது. மூன்றாம் உலகின் அனுபவம் இதற்குச் சாட்சியாக விளங்குகிறது.

2. 1965 – 1970 ஐக்கிய தேசியக் கட்சி ஆட்சியில் இதற்கான தயாரிப்பு வேலைகள் நடைபெற்றுள்ளதாக மக்கள் விடுதலை முன்னணி கூறியது. சுற்றுலாத் தொழில் விரிவாக்கம், டியேகோ கார்சியாவில் அமெரிக்கா அமைத்த கடற் படைத்தளம், அமெரிக்காவின் 'ஹோப்' கப்பலின் இலங்கை வருகை, போர்ட் பவுண்டேசன் முதலிய நிறுவனங்களின் செயற்பாடுகள் என நீண்ட பட்டியலைக் காட்டி தயாரிப்பு வேலைகள் பற்றி விரிவுரையின் போது இளைஞர்களுக்கு விளக்கிக் கூறப்பட்டது.

3. 1970இல் தேர்தல் நடைபெறலாம். அல்லது நடைபெறாமல் போகலாம். எவ்வாறாயினும் இராணுவப் புரட்சிக்கான சாத்தியம் உள்ளது எனவும் அப்படி நிகழும் போது மரபுவழி இடதுசாரி இயக்கம் முழுமையாக அழித்தொழிக்கப்படும் என்றும் மக்கள் விடுதலை முன்னணி குறிப்பிட்டது.

'அரசியல் ஆபத்து' பற்றிய விளக்கம் ஒரு புறம் இருக்க கியூபாவின் புரட்சி என்னும் முன்னுதாரணம், மக்கள் விடுதலை முன்னணியின் வேலைத் திட்டத்திற்கு இன்னொரு பரிணாமத்தை வழங்கியது.

ஆ) கியூபாவின் புரட்சி

கியூபாவின் புரட்சியை மனோரதியமானதாகச் சித்தரிக்கும் நூல்களும் பிரசுரங்களும் (ROMANTICIZED LITERATURE) இலங்கையில் 1960இல் புதிதாகத் தாபிக்கப்பட்ட கியூபா தூதரகம் ஊடாகப் பெறக்கூடியனவாய் இருந்தன. கியூபா புரட்சியைப் பற்றி இப்பிரசுரங்கள் மூலமாக அறிந்து கொண்டவர்கள், அப்புரட்சியின் உண்மைத் தாற்பரியத்தை புரிந்து கொள்ளாதவர்களாக, ஒரு வரலாற்று நிகழ்வை முக்கியமான ஒரு திருப்பு முனையான மூன்றாம் உலகை நிகழ்வை வைத்து மாயக் கற்பனை ஒன்றைக் கட்டமைத்தனர். தொழிலாளர் வர்க்கத்தினை அணி திரட்டாமல் வெறுமனே துப்பாக்கி ஏந்திய போராட்டம் மூலம் புரட்சியை ஏற்படுத்தலாம் என்ற வகையில் இது முன்வைக்கப்பட்டது.

கியூபா புரட்சி

Image Source - www.theguardian.com

1. மரபுவழி இடதுசாரிக் கட்சிகளைப் புறந்தள்ளி புரட்சிகர இளைஞர்களை ஒன்று திரட்டி ஆயுதப் போராட்டத்தை நடத்துவதன் மூலம், இருந்து வரும் முறைமையை மாற்றலாம்.

2. கியூபா புரட்சி பற்றிய மனோரதியமான சித்தரிப்பு. புரட்சிகரக் கட்சி (REVOLUTIONARY PARTY) தேவையில்லை; ஆயுதப் போராட்டத்தினை நேரடியாக ஆரம்பிக்கலாம்.

ஆகிய இரு கருத்துகள் மக்கள் விடுதலை முன்னணியால் முன் வைக்கப்பட்டன. கியூபாவின் உதாரணத்தைக் காட்டி 'போல் செவிக் கட்சி' அவசியமில்லை என்ற கருத்து முன்னிறுத்தப் பட்டது.

மார்க்சிய – லெனினிசக் கோட்பாடு, பாட்டாளி வர்க்கத்தின் கட்சி வர்க்கப் போராட்டத்தின் ஊடாகக் கட்டி வளர்க்கப்பட வேண்டும் எனக் கூறுகிறது. ஆனால் மக்கள் விடுதலை முன்னணி தனது கட்சி உறுப்பினர்களை சேர்த்துக் கொண்ட முறை வேறுபட்டதாக இருந்தது.

1. கட்சியில் சேர விரும்பும் இளைஞர்களுக்கு நாட்டின் தற்போதைய அரசியல் நிலைமையை விளக்கும் உரையும் தொடக்க நிலை உரையாடலும் நடத்தப்பட்டன.

2. மக்கள் விடுதலை முன்னணியின் அரசியலின் அடிப்படைகளை ஏற்றுக் கொண்ட இளைஞர்களுக்கு, அடுத்து நான்கு அரசியல் வகுப்புக்கள் நடத்தப்பட்டன.

3. இந்த நான்கு விரிவுரைகளில் கூறப்பட்ட கருத்துக்களை ஏற்றுக் கொண்டவரும் நம்பிக்கைக்கு உரியவர் எனக் கருதப்பட்டவருமான இளைஞர் ஐந்தாவது விரிவுரைக்கு அழைக்கப்படுவார். இவ்விரிவுரையின் முடிவில் அவருக்கு உறுப்புரிமை வழங்கப்பட்டது. புதிய உறுப்பினர், கட்சியின் கருத்துக்களைப் பரப்புரை செய்பவராகப் பணியாற்றத் தொடங்குவார்.

மேற்குறித்த படிமுறையூடாக கட்சியில் இணைக்கப்பட்டவர்களிடையே காணப்பட்ட பொதுத் தன்மைகள் முக்கியமானவை.

அ) க.பொ.த (சா), க.பொ.த (உ.த) ஆகியன வரை இரண்டாம் நிலைக் கல்வியைப் பெற்றவர்களாக அல்லது பல்கலைக் கழகப் பட்டதாரிகளாக இருந்தனர். அண்மையில் கல்வியை முடித்தவர்களாக இருந்தனர்.

ஆ) பெரும்பாலானோர் வேலையற்றவர்களாக, வேலையை தேடிக் கொண்டிருப்பவர்களாக இருந்தனர்.

இ) இவர்களின் பெற்றோர் நிரந்தர வருமானத்தைப் பெறுபவர்களாக இருந்தபடியால் இவ்விளைஞர்களிடம், தமக்குக் கிடைத்த சமூக அங்கீகாரம் காரணமாக பெருமித உணர்வு இருந்தது.

ஈ) சமூகத்தில் மேலாதிக்கம் பெற்றிருந்த மேட்டிமையான மதிப்பீடுகள் (ELITIST VALUES) தம் தேவைகளை அலட்சியம் செய்வதையும் அதிகார வர்க்கம் தமக்கு வேலை வழங்க மறுப்பதையும் கண்டு கொதிப்படைந்த இவ்விளைஞர்கள், இருந்து வரும் முறையை மாற்ற வேண்டும் என உறுதி பூண்டனர்.

உ) பெரும்பாலானவர்கள் கட்சியின் முழுநேர ஊழியராக வேலை செய்ய முன் வந்தனர்.

மேற்குறித்தவாறு மக்கள் விடுதலை முன்னணியின் செயற்பாடுகள் நடைபெற்றுக் கொண்டிருந்த வேளையில் நடைபெற்ற சில நிகழ்வுகள், மக்கள் விடுதலை முன்னணியின் செயற்பாடுகள் வேகம் பெறக் காரணமாயின.

மக்கள் விடுதலை முன்னணியை மேலோட்டமான ஒரு கருத்தியலை முன் வைத்து இளைஞர்களை அணி திரட்டிய இயக்கம் என்று முடிவு செய்தல் ஒரு தலைப்பட்சமான கருத்தாகவே இருக்க முடியும். 1966 மார்ச் – ஏப்ரல் மாதத்தில் கம்யூனிஸ்ட் கட்சியின் (பீகிங் பிரிவு) மாநாடு நடைபெற்றது. அம் மாநாட்டில் விஜயவீரவையும் அவரது குழுவினரையும் வெளியேற்றும் தீர்மானம் நிறைவேற்றப்பட்டது. இவ்வாறு வெளியேற்றப்பட்ட காலம் முதல் மக்கள் முன்னணி கிராமப் புறங்களில் தன் களப் பணியைத் தீவிரப்படுத்தியது.

வடமத்திய மாகாணத்திலும் (அனுராதபுரம், பொலநறுவை மாவட்டங்கள்) தெற்கு மாவட்டங்களிலும் மக்கள் விடுதலை இயக்கம் விவசாயப் பண்ணைகளை ஆரம்பித்து அப்பண்ணை கள் ஊடாக தம் வேலைத் திட்டங்களைச் செயற்படுத்தினர். 1967இல் களத்தாவ என்ற இடத்தில் ஓர் உரையாடல் நடை பெற்றது. இதே காலப் பகுதியில் பொலநறுவை மாவட்டத்தின் காணி அபிவிருத்தி திணைக்களத் தொழிற்சங்கத்தினை மக்கள் விடுதலை முன்னணி தம் பக்கம் வென்றெடுப்பதில் வெற்றி கண்டது. அத்தொழிற்சங்கத்தின் பத்திரிகையான 'சங்வர்த்தன ஹண்ட' (அபிவிருத்தியின் குரல்) பத்திரிகையைக் கட்சியின் பிரச்சார ஏடாக விடுதலை முன்னணி உபயோகிக்கத் தொடங்கியது. 1967இல் 'களத்தாவ உரையாடல்' நடைபெற்ற வேளை கட்சியின் இயல்புகளில் இரண்டு கூறுகள் தெளிவாக வெளிப்பட்டன.

- 'ஐந்து விரிவுரைகள்' ஊடாக இளைஞர்களை கட்சிக் கொள்கைப் பற்றாளர் ஆக்குதல் (INDOCTRINATION)
- மாணவர்கள், படித்த வேலையற்ற இளைஞர்கள் ஆகியோரைக் கொண்ட இயக்கத்தை விரிவாக்குதல்.

கடுமையான உழைப்பின் மூலம் கட்டயெழுப்பப்பட்ட இயக்க மாயினும், மக்கள் முன்னர் செல்வதற்கு தெளிவான ஒரு கருத்தியலை அக்கட்சி வகுத்துக் கொள்ளவில்லை.

இலங்கையின் சமூகப் பொருளாதாரப் பிரச்சினைகள் பற்றிய மக்கள் விடுதலை முன்னணியின் பகுப்பாய்வு மேலோட்டமான தாகவே அமைந்திருந்தது.

மக்கள் விடுதலை முன்னணியினர்

Image Source - thuppahis.com

மக்கள் விடுதலை முன்னணிப் படை வீரர்களாக கிளர்ச்சியில் பங்கு கொண்டவர்களின் தியாக உணர்வு, அர்ப்பணிப்பு, வீரம் என்பன அளப்பரியன. ஆயினும் அதன் குட்டி முதலாளித்துவக் கருத்தியலின் பலவீனம், இவ்விளைஞர்களின் சக்தியைப் பயனுடைய வகையில் உபயோகிக்கத் தவறியமைக்குக் காரணமாக அமைந்தது. மக்கள் விடுதலை முன்னணியின் கட்சி ஒழுங்கமைப்பில் இரண்டு முக்கிய குறைபாடுகள் இருந்தன.

1. சர்வாதிகாரம்: இது கட்சியின் உறுப்பினர்கள் மீது மேலோங்கியிருந்தது. குறிப்பாகச் சொல்வதனால் ரோஹண விஜேவீர என்ற ஒரு தனிநபர் தவிர்ந்த வேறு எவரும் கட்சியின் தேசியத் தலைமை என்பதில் உள்ளடக்கப்பட்டிருக்கவில்லை.

2. உயர்மட்டக் குழுக்கள்: கட்சியின் 'பொலிட் பீரோ', மத்திய கமிட்டி என்பன ஜனநாயக முறையில் அமைக்கப்பட்டனவாக இருக்கவில்லை.

மேற்படி இரு குழுக்களும் தனியாள் உறவுகளின்படி உரு வாக்கப்பட்டதால் கட்சிக்குள் குறுங்குழு வாதம் (FACTIONALISM) நிலவியது.

'பொலிட் பீரோ'வின் உறுப்பினர்களின் இயல்புகளாக பின் வருவனவற்றைக் குறிப்பிடலாம்.

1. 14 உறுப்பினர்களில் 11 பேர் முப்பது வயதுக்குக் குறைந்த இளைஞர்களாக இருந்தனர்.

2. 14 உறுப்பினர்களில் 6 உறுப்பினர்கள் உயர்கல்வியை முடித்த வர்களாகவும் பட்டதாரிகளாகவும் இருந்தனர். அவர்களில் 2 பேர் வேலையற்ற இளைஞர்களாக இருந்தனர்.

3. 13 உறுப்பினர்கள் க.பொ.த (சா.தர) பரீட்சையில் சித்தி யடைந்தவர்களாக அல்லது அதனை விட உயர்ந்த கல்வித் தராதரம் உடையவர்களாக இருந்தனர்.

4. 8 உறுப்பினர்கள் ஒரு குறிப்பிட்ட மாவட்டத்தைச் சேர்ந்தவர்களாக இருந்தனர். 6 உறுப்பினர்கள் ஒரு குறிப்பிட்ட நகரசபைப் பகுதியைச் சேர்ந்தவர்களாக இருந்தனர். 5 உறுப்பினர்கள் ஒரு குறிப்பிட்ட பாடசாலையில் படித்தவர் களாக இருந்தனர்.

5. 'பொலிட் பீரோ' உறுப்பினர்கள் ஏறக்குறைய அனைவரும் மக்கள் விடுதலை முன்னணியில் இணைவதற்கு முன்னர் கம்யூனிஸ்ட் கட்சி (பீகிங் பிரிவு) உறுப்பினர்களாக இருந்தவர் களாவர்.

முடிவுரை

மக்கள் விடுதலை முன்னணியின் 1971 ஏப்ரல் கிளர்ச்சி பற்றிய இவ்வாய்வின் முடிவுகளாக பின்வரும் கருத்துக்களை முன் வைக்கிறோம்.

1. மக்கள் விடுதலை முன்னணியின் தோற்றத்திற்கான புற நிலைமைகளையும், இலங்கையில் உருவாக்கம் பெற்ற சமூக உருவாக்கத்தையும், காலனியப் பின்புலத்தில் உருவான உற்பத்தி முறையையும் வரலாற்று நோக்கில் புரிந்து கொள்ளுதல் அவசியமாகும்.

மக்கள் விடுதலை முன்னணி ஒரு குட்டி முதலாளித்துவ இயக்கமாகும். மேற்கு நாடுகளின் வரலாற்றில் குட்டி முதலாளி வர்க்கம் ஓர் இடதுசாரிச் சக்தியாக எல்லாச் சந்தர்ப்பங்களிலும் செயற்பட்டதாகக் கூற முடியாது. அது வெவ்வேறு வரலாற்றுச் சூழமைவுகளில் வெவ்வேறு விதமாகச் செயற்பட்டுள்ளது. சில சந்தர்ப்பங்களில் அது தீவிர இடதுசாரிச் சக்தியாகவும், வேறு சில சந்தர்ப்பங்களில் தீவிர வலதுசாரிச் சக்தியாகவும் செயற் பட்டுள்ளது. இலங்கை போன்ற சார்பு மண்டல முதலாளித்துவ நாடுகளில் (PERIPHERAL CAPITALIST COUNTRIES) பொருளாதாரப் பிரச்சினைகள் தொடர்ச்சியாக மோசமடைந்து பொருளாதார நெருக்கடிகள் ஏற்பட்டு வருவதால் குட்டி முதலாளித்துவ வர்க்கம் இடதுசாரிச் சக்தியாகச் செயற்படும் உள்ளாற்றல் வாய்ந்ததாக விளங்கியது. இலங்கையின் மக்கள் விடுதலை இயக்கம் ஒரு இடதுசாரி எதிர்க் கிளர்ச்சியை 1971இல் நடத்தியது என்பது தெளிவாகத் தெரிகிறது. ஆகையால் 1971இன் கிளர்ச்சியை குட்டி முதலாளி இளைஞர் பிரிவினரின் இடதுசாரிக் கிளர்ச்சி என வரையறை செய்யலாம்.

2. மக்கள் விடுதலை முன்னணி போன்ற இடதுசாரி இயக்கம், மரபுவழி இடதுசாரிக் கட்சிகள் சமூக ஜனநாயக வாதமாக சீரழிவுற்ற பின்னணியில் தோன்றியது என்பதும் கவனத்தில் கொள்ளப்பட வேண்டும். இலங்கையின் தொழிலாளர் வர்க்க இயக்கம் மரபுவழி இடதுசாரிக் கட்சிகளின் ஏவல் படி செயற் படுபவனவாய், அவற்றிடம் எதிர்பார்க்கப்பட்ட வகிபாகத்தை ஏற்றுச் செயற்படத் தவறின. இதனால் ஏற்பட்ட வெற்றிடத்தை குட்டி முதலாளித்துவ வர்க்கத்தின் கிளர்ச்சிவாதப் பிரிவினர் நிரப்புவதற்கு முன் வந்தனர். இருந்து வரும் சமூக அரசியல் முறைமைக்கு எதிராகக் கிளர்ந்தெழும் கிளர்ச்சியாளர்கள் என்ற வகிபாகத்தை குட்டி முதலாளி வர்க்கம் ஏற்றுச் செயற்பட்டதை குறை விருத்தி நாடுகளின் அண்மைக்கால வரலாறு எமக்கு உணர்த்துகிறது.

3. மக்கள் விடுதலை முன்னணியின் 1971ஆம் ஆண்டு கிளர்ச்சி முதலாளித்துவ எதிர்ப்பு, ஏகாதிபத்திய எதிர்ப்பு கிளர்ச்சி என்பதில் ஐயமில்லை. அம் முன்னணியினர் சோஷலிச சமுதாயத்தை உருவாக்குவதில் அர்ப்பணிப்பு உடையவர்களாய் இருந்தனரேனும் தாம் அமைக்கப்போகும் சோஷலிசம் பற்றித்

தெளிவான திட்டம் எதுவும் அவர்களிடம் இருக்கவில்லை. சோஷலிச சமுதாயத்தை நிர்மாணிக்கும் 'தெய்வீக உரிமை' தமக்கு இருப்பதாக மக்கள் விடுதலை இயக்கம் நம்பியது. ஆயினும் குட்டி முதலாளித்துவ கிளர்ச்சிவாதிகளான இவ் இயக்கத்தினரின் தியாகமும், இவர்களிடமிருந்த ஆற்றல்களும் தொழிலாளி வர்க்கத்தின் தலைமையும் நெறிப்படுத்தலும் இல்லாமையால் வீணாக விரயம் செய்யப்பட்டன.

●

இந்தக் கட்டுரை "எழுநா" இதழில், 13, 20, 24, 29 பெப்ரவரி 2024 திகதிகளில் நான்கு பகுதிகளாக பதிவுபெற்றது.

கலாநிதி சரத் அமுனுகம

இவர் இலங்கையின் மூத்த அரசியல்வாதிகளில் ஒருவராவார். இலங்கையின் பேராதனை பல்கலைக்கழகத்தில் சமூகவியலை சிறப்புப் பாடமாக கற்று பட்டம் பெற்ற இவர், அப்பல்கலைக்கழகத்தில் சமூக மானிடவியல் விரிவுரையாளராக முதலில் கடமையாற்றினார். பின்னர் சிவில் சேவையில் இணைந்து கொண்ட இவர், அமைச்சுச் செயலாளர் வரை பதவி உயர்வுகளைப் பெற்றுச் செல்வாக்கு மிக்க அதிகாரியாக விளங்கினார். ஏறக்குறைய 20 ஆண்டுகள் அரசு சேவையின் பின்னர் ஓய்வு பெற்று, அரசியல்வாதியாகி நிதியமைச்சு, கல்வி அமைச்சு, வெளிநாட்டு முதலீடும் பொது நிர்வாகமும் ஆகிய துறைகளின் அமைச்சராகவும் கடமையாற்றினார். இவர் பாரிஸ் நகரின் 'ECOLE DES HAUTE ETUDES EN SCIENCE SOCIALE'இல் மானிடவியல் கலாநிதிப் பட்டத்தை பெற்றவர்.

இவர் தமது சுயசரிதையை இருபாகங்களாக எழுதி வெளி யிட்டுள்ளார். அவற்றுள் முதலாம் பாகம் The Kandy man என்ற தலைப்பில் பிறப்பு முதல் அமைச்சுச் செயலாளராக உயர்ச்சி பெற்ற 1939-1977 காலத்தின் வாழ்க்கை வரலாற்று நினைவுகளைப் பதிவு செய்கிறது.

BUDDHAPUTRA AND BUMIPUTRA? DILEMMAS OF MODERN SINHALA BUDDHIST MONKS IN RELATION TO ETHNIC AND POLITICAL CONFLICT எனும் கட்டுரை DREAMS OF CHANGE : LAND LABOUR & CONFLICT IN SRILANKA (2018) என்னும் நூலின் 7ஆம் அத்தியாயமாக (பக்கம் 243-280) உள்ளது.

04

அரசாளும் தொழில்: மத ஒழுக்கமும் மண் பற்றும்

- கலாநிதி சரத் அமுனுகம ஆய்வுக் கட்டுரை ஒரு சுருக்க அறிமுகம்

Image source - www.sundaytimes.lk

ஆங்கில மூலம் : கலாநிதி சரத் அமுனுகம

அரசாளும் தொழில் மரபு வழிச் சமூகத்தில் சத்திரியர்க்கு உரியது. இராச வம்சத்திற்குரிய இந்த அரசாளும் தொழிலில் புத்த துறவிகள் ஈடுபடுதல் 'விநய' ஒழுக்கங்களுக்கு முரண் பாடான நிலையைத் தோற்றுவிக்கும். இலங்கையின் நவீன கால அரசியல் வரலாற்றில் இவ்வாறான முரண் நிலைகள் தோன்றியதுண்டு. 1987ஆம் ஆண்டு யூலை மாதம் 29ஆம் தேதி இந்திய இலங்கை உடன்படிக்கை கைச்சாதிடப்பட்டது. அவ்வேளை 'மெளபிம சுறக்கீமே வியாபாரய' (தாய்நாட்டை பாதுகாக்கும் இயக்கம்) என்னும் பௌத்தப் பிக்குகளின் அமைப்பு அந்த உடன்படிக்கையை எதிர்த்து அரசாங்கத்திற்கு எதிராக ஆர்ப்பாட்டத்தை நடத்தியது.

பௌத்தப் பிக்குகளின் இந்த இயக்கத்தின் பின்னணியில் மக்கள் விடுதலை முன்னணி என்ற கிளர்ச்சிவாத அமைப்பு செயற்பட்டது. வடக்கு கிழக்கில் இந்திய அமைதிப்படை விடு தலைப் புலிகளோடு போர் நடத்திக் கொண்டிருந்த வேளையில் தென் இலங்கையில் மக்கள் விடுதலை முன்னணிக்கும் (ஜே.வி.பி.) அரசாங்கத்தின் படைகளுக்கும் இடையே கடும் மோதல்கள் நிகழ்ந்தன. இந்த மோதல்களில் ஜே.வி.பி.யின் ஆதரவு சக்தியாகச் செயல்பட்ட பிக்குகள் அமைப்பான தாய் நாட்டைப் பாதுகாக்கும் இயக்கத்தின் கொள்கைகள், நடைமுறைகள், அவ்வியக்கம் இந்திய – இலங்கை உடன்படிக்கை தொடர்பாக கொண்டிருந்த

நிலைப்பாடு என்பன குறித்து ஓர் ஆய்வுக் கட்டுரையை கலாநிதி சரத் அமுனுகம எழுதினார். 1989ஆம் ஆண்டு காலத்தில் எழுதப்பட்ட இக்கட்டுரையின் தலைப்பு 'புத்தரின் புத்திரர்களும் மண்ணின் புத்திரர்களும்' என்பதாகும். கட்டுரையின் துணைத் தலைப்பு 'இலங்கையில் நவீன காலத்தில் சிங்கள பௌத்த துறவிகளும் இனப்பிரச்சினையும் அரசியல் மோதல்களும் தொடர்பாக அவர்களின் முரண்பட்ட கொள்கைகளும்' (Dilemmas Of Modern Sinhala Buddhist Monks In Relation To Ethnic and Political Conflict) என்பதாகும்.

தமது ஆய்வின் நோக்கம் பற்றியும் கட்டுரைத் தலைப்பு உணர்த்தும் பொருள் பற்றியும் சரத் அமுனுகம கூறி இருப்பவை வருமாறு:

"இந்திய – இலங்கை உடன்படிக்கை தொடர்பாக தீவிரவாத துறவிகள், குறிப்பாக மௌபிம சுறக்கீமே வியாபாரய என்னும் இயக்கத்தினர் என்ன கருத்தை உடையவர்களாக இருந்தார்கள்? உடன்படிக்கையின் இனக்குழு அரசியற் பிரச்சினைகள் தொடர்பாக அவர்களது நிலைப்பாடு யாது? என்பதை நான் இக்கட்டுரையில் ஆராய உள்ளேன். அவ் உடன்படிக்கை பௌத்த துறவிகளின் நோக்கு நிலையை எவ்வாறு மாற்றியது, தேசிய பிரச்சினை தொடர்பாக சங்க அமைப்பின் நிலைப்பாடு யாது? அரசியலில் சங்க அமைப்பு தன்னை முழுமையாக ஈடுபடுத்திக் கொள்வதால், குறிப்பாக துறவிகள் ஆயுதம் ஏந்திய போராட்டத்தில் தம்மைப் பிணைத்துக் கொள்வதால் ஏற்படக்கூடிய பின்விளைவுகள் யாவை? இவ்வாறு ஆயுதப் போராட்டத்தில் ஈடுபட்டபோது முதன்மைப்படுத்தப்பட்ட பௌத்த கருத்தியல் கூறுகளும், பௌத்த சமய குறியீடுகளும் (IDEOLOGY AND SYMBOLISM) எவை? என்பன இக்கட்டுரையில் ஆராயப்பட உள்ளன.

குறிப்பாக புத்தரின் புத்திரர்கள் (SONS OF THE BUDDHA) என்ற சமயம் சார்ந்த ஒழுக்க நிலைப்பாட்டிற்கும், மண்ணின் புத்திரர்கள் (SONS OF THE SOIL) என்ற தேசப்பற்று என்னும் அரசியற் கொள்கை நிலைப்பாட்டிற்கும் இடையிலான முரண்பாடும் குழப்பமும் பற்றி இவ்ஆய்வு கவனம் குவிப்பதாக உள்ளது." *(அமுனுகம பக் 246–247)*

தமிழில் எழுதப்பட்டுள்ள இவ் அறிமுகக் கட்டுரையின் தலைப்பு 'அரசாளும் தொழில்: மத ஒழுக்கமும் மண் பற்றும்' என உள்ளது.

கலாநிதி சரத் அமுனுகமவின் இந்நூல் பன்னிரெண்டு ஆய்வுக் கட்டுரைகளைக் கொண்ட தொகுப்பாகும். இத்தொகுப்பு 2018ஆம் ஆண்டு கொழும்பு விஜித யாப்பா பதிப்பகத்தால் வெளியிடப்பட்டது. இதன் ஏழாவது அத்தியாயமாக அமையும் 38 பக்கக் கட்டுரையின் (பக். 243–280) முக்கியமான கருத்துகளை சுருக்கித் தருவதாக இந்த ஆக்கம் அமைகிறது.

தாய் நாட்டை காக்கும் இயக்கத்தின் அரசியல் கொள்கைகள்

மேலே குறிப்பிட்டுள்ளவாறு தமது கட்டுரையின் விடயப் பொருளையும் ஆய்வு நோக்கத்தையும் எடுத்துரைக்கும் கலாநிதி சரத் அமுனுகம, அடுத்து 'மௌபிம சுறக்கீமே வியாபார' எனும் தாய் நாட்டை பாதுகாக்கும் இயக்கத்தின் அரசியற் கொள்கைகளை விளக்கிக் கூறுகிறார். அக்கொள்கைகளைச் சுருக்கமாக பார்ப்போம்.

வடக்கு கிழக்கு மாகாணங்கள் சனத்தொகை அடிப்படையில் தமிழர்களை பெரும்பான்மையினராகக் கொண்டவையாக இருக்கலாம். ஆனால் அம் மாகாணங்களைத் தமிழர்களின் தாயகம் என்று கூறுவதை ஏற்க முடியாது. தமிழர் தாயகம் என்ற கோரிக்கை பேரம் பேசுவதற்குரிய விடயம் அல்ல *(Non-Negotiable).*

ஜனாதிபதி ஜயவர்த்தன, தாயகக் கோரிக்கை பேரம் பேசலுக்கு உரியதல்ல என்று கூறியவர். இப்போது பலம் வாய்ந்த மத்தியும், மரபு வழித் தாயகமும் *(Strong Centre Vs Traditional Homeland)* என்று சமரசம் செய்து விட்டுக் கொடுத்துவிட்டார். இதனை ஏற்கவே முடியாது.

பௌத்த சமயச் சிந்தனை மரபு, மகாவம்சம் போன்ற இலக்கியங்கள், சிங்கள இனத்தினைத் தோற்றுவித்த விஜயன் கதை என்பன யாவும் உணர்த்தும் உண்மை, இலங்கை 'தம்ம தீபகம்' *(The Island Of Faith)* என்பதாகும். புத்தர் இறந்த

தினத்தன்று அவர் எதிர்வு கூறியதற்கு அமைய, பௌத்தத்தின் காவல் தீவான இலங்கையில் விஜயன் கால் பதித்தான்.

புத்தபெருமான் தன் திருப்பாதங்களைப் பதித்த இடமான நாக தீபம் (நயினாதீவு) இலங்கையின் தெற்கு பகுதியில் மகியங்கனை, களனி போன்றவற்றிற்கு சமமான முக்கியத்துவம் உடையது. நயினாதீவு பௌத்தர்களுடைய யாத்திரைத் தலம். திருகோணமலையின் கோகன்ன ஆலயமும் பௌத்தர்களின் வழிபாட்டுக்குரிய யாத்திரைத் தலமாகும். இத்தலங்கள் பௌத்தர்களின் உணர்வு நிலையில் நீங்காத இடத்தை பிடித்துள்ளன. இப்பௌத்த தலங்கள் பற்றிய "வந்தனகதா" என்று அழைக்கப்படும் துதிப்பாடல்கள் பௌத்தர்களுக்கு இத்தலங்களை நினைவூட்டிய வண்ணம் உள்ளன.

பௌத்தப்பிக்குகளின் தீவிரவாத பிரிவினரின் அரசியல் நிலைப்பாட்டை மேற்குறித்தவாறாக எடுத்துரைக்கும் சரத் அமுனுகம அவர்கள், இவ்வாறான அரசியற் கருத்துக்கள் பிக்குகள் மனதில் வேரூன்றிய நவீன கால அரசியல் வரலாற்று பின்னணியையும் எடுத்துக் கூறுகிறார்.

புனிதத் தலங்கள்: பௌத்தர்களின் முதுசொம்

இந்தியா வெளியிட்ட முத்திரையில் அநகாரிக தர்மபால

Image source - en.wikipedia.org

19ஆம் நூற்றாண்டின் பிற்பகுதியில் பிறந்தவரான அநகாரிக தர்ம பாலவின் சமயம் சார்ந்த நடவடிக்கைகள், 20ஆம் நூற்றாண்டில், புனிதத் தலங்களைப் பாதுகாக்கும் சிந்தனையை பௌத்தர்கள் மனதில் ஆழப்பதித்தது. தர்மபால, இந்தியாவில் அழிபாடுகளாக இருந்த புத்தகயா போன்ற பௌத்தத் தலங்களை மீட்டெடுத்து அவற்றை புனரமைக்கும் இயக்கத்தை தொடங்கி வைத்தார். இலங்கையில் அவரது சீடரான வலிசிங்க ஹரிச்சந்திர என்பவர் இலங்கையின்

அனுராதபுரம் என்னும் புனித நகரில் அழிபாடடைந்த நிலையில் காணப்பட்ட 'அட்டமஸ்தான' (எட்டு புனிதத் தலங்கள்) எனும் புத்த கோவில்களைப் புனரமைக்கும் பணியைத் தொடங்கி வைத்தார். அக்காலத்தில் தென்னிலங்கையில் தெற்கு, தென்மேற்கு மாகாணங்களில் செறிந்து வாழ்ந்த பௌத்தர்கள் தமது பௌத்த புனித கோவில்களில் பெரும்பாலானவை வடமத்திய மாகாணத்திலும் (அனுராதபுரம், பொலன்நறுவை) வடக்கு மாகாணம், கிழக்கு மாகாணம் ஆகிய பகுதிகளிலும் இருப்பதைக் கண்டு கொண்டனர்.

சுதந்திரத்திற்கு முற்பட்ட காலத்தில், இருபதாம் நூற்றாண்டில் ஆரம்பிக்கப்பட்ட பௌத்தத் தலங்களின் புனருத்தாரணப் பணி, அரசு ஆதரவின்றி பௌத்த சமயத்தவர்களின் நிதிப் பங்களிப் போடு நிறைவேற்றப்பட்டது. உதாரணமாக ருவன் வெலிசாய (அனுராதபுரம் பௌத்த ஆலயம்) இவ்வாறு புனரமைக்கப்பட்டது.

சுதந்திரத்தின் பின்னர் அரசு, நேரடியாகவும் அரச உயர் அதிகாரிகள் தலைமையில் மக்களை ஒன்று திரட்டியும் புனருத் தாரண வேலைகளை நிறைவேற்றியதாக சரத் அமுனுகம குறிப்பிடுகிறார். சிவில் சேவை உத்தியோகத்தர்களான மூவர் பெயர்களைக் குறிப்பிட்டு, அவர்கள் இப்பகுதிகளில் ஆற்றிய சேவைகளை அவர் குறிப்பிட்டிருப்பது முக்கியம் வாய்ந்ததாகக் கருதலாம்.

- நிசங்க விஜயரத்தின – இவர் அனுராதபுரம் புனிதநகர் திட்டத்தை நிறுவினார்.

- றிட்ஜ்வே திலகரத்தின – பொலன்நறுவை சோமாவதி சைத்தியத்தைப் புனரமைத்தார்.

- சோமபால குணதீர – திருகோணமலை மாவட்டத்தின் பௌத்த கோவில்களைப் புனரமைத்தார்.

இவ்வதிகாரிகள் அரசாங்கப் பிரதிநிதிகளாக மக்களைத் திரட்டி, புனிதப் பணியைச் செய்வித்தமை பௌத்தர்களின் உணர்வு நிலையில் மிக முக்கியமான பதிவாக அமைந்தது.

"இவ்வாறாக பெரும்பான்மையான பௌத்த சமயிகளுக்கு இலங்கையின் வடக்கு கிழக்கு பகுதிகள் தமது மூதாதையர்கள்

விட்டுச் சென்ற தந்தை வழிச் சொத்து (Patrimony) அல்லது முதுசொம் என்ற எண்ணமும், அந்த நிலப் பகுதியில் இருந்து வம்சக் கதைகளில் கூறியிருப்பதைப் போன்று தமிழர்களால் விரட்டியடிக்கப்பட்டோம் என்ற கருத்தும் மனதில் பதிந்திருந்தன" *(பக் 247)*.

அரசியல் கட்சிகளின் நிலைப்பாடு

மேற்குறித்த பின்னணியிலேயே, இந்திய – இலங்கை உடன் படிக்கையின் படி, ஜே.ஆர். ஜயவர்த்தன தமிழர்களின் தாயகக் கோரிக்கையில் இளகிக் கொடுத்தமை ஒரு துரோகம் எனக் கருதப்பட்டது. ஜே.ஆர். தலைமையிலான அரசின் மீது நம்பிக்கையின்மை ஏற்பட்டது. லங்கா சமசமாஜக் கட்சி, கம்யூனிஸ்ட் கட்சி முதலிய இடதுசாரி கட்சிகளும் மத்தியின் அதிகாரத்தைக் குறைத்து வடக்கு கிழக்கு மாகாணங்களுக்கு அதிகாரத்தை பகிர்ந்தளிக்கும் 13 ஆவது திருத்தச் சட்டத்திற்கு ஆதரித்து வாக்களிக்கத் தயாராயின. இவை கடும் விமர்சனத் துக்குள்ளானது. மார்க்சிய இடதுசாரிகள் அல்லாத கட்சிகளான சிறிலங்கா சுதந்திரக் கட்சி, தினேஷ் குணவர்த்தனவின் மகாஜன எக்சத் பெரமுன (MEP) என்ற இரண்டும் தேசியவாதக் கட்சிகள் ஆயினும், அவை கட்சிகளின் தேர்தல் கூட்டு என்ற அடிப்படையில் சிந்திப்பனவாக செயற்பட்டன. தாயகத்தை காப்பாற்றும் இயக்கத்தின் பிக்குகள் இடது, வலது என்ற கட்சிகள் சாராத ஒரு அணியை உருவாக்கினால் துறவிகள் அந்த அணியின் தலைமைத் துவத்தின் மீது அரசியல் செல்வாக்கை செலுத்தக் கூடியவர்களாக இருக்க முடியும் எனக் கருதலாயினர் என்று சரத் அமுனுகம கூறுகிறார். மௌபிம சுறக்கீமே வியாபாரய என்ற அரச எதிர்ப்பு அணியில் மூன்று அங்கங்கள் உள்ளடங்கி இருந்தன. இம் மூன்று அங்கங்களினால் அதற்கு பரவலான ஆதரவு உருவாகியது.

- அரசியல் கட்சிகள் – சிறிலங்கா சுதந்திர கட்சி, மகாஜன எக்சத் பெரமுன முதலியன
- பௌத்த சங்க அமைப்புகள்
- பௌத்த சமய அமைப்புகள்

இந்த மூன்று அங்கங்களின் ஈர்ப்பால் ஒருங்கிணைந்த கட்சிகளதும், அமைப்புக்களதும் நீண்ட பட்டியல் ஒன்றை சரத்

அமுனுகம தந்துள்ளார். (அமுனுகம பக். 249–250) இதனைப் பின்னிணைப்பாகத் தந்துள்ளோம். இந்த நிறுவனங்களது ஆதரவை விட சட்டவாளர்கள், சிவில் சேவை உத்தியோகத்தர்கள், பொறியியலாளர்கள், வர்த்தகர்கள் என்ற சிங்கள – பௌத்த தொழிலர் வகுப்பினர் (Professionals) ஆதரவையும் உதவிகளையும் மௌபிம சுறக்கீமே வியாபாரய பெற்றுக் கொண்டது. அஸ்கிரிய பீடாதிபதி வண. பலிப்பனே சந்தானந்த மகா நாயக்கத் தேரரின் ஆதரவையும் மௌபிம சுறக்கீமே வியாபாரயவின் பிக்குகள் பெற்றுக் கொண்டனர் என்றும் அமுனுகம கூறுகிறார்.

இவ்வாறு ஜே.வி.பி இன் ஓர் அங்கமாக அமைந்த இவ் வமைப்பு, குறுகிய காலத்திற்குள் தன்னை நன்கு ஒழுங்கமைப்புச் செய்து கொண்டதை காண முடிகிறது. அது தனது கொள்கை களை ஒரு பிரகடனமாக வெளியிட்டது. அப் பிரகடனத்தில் நாட்டின் 'ஐக்கியம்', 'இறைமை' என்ற இரண்டு விடயங்கள் அழுத்தம் பெற்றன. இந்தியப் பேரரசின் காலனியாக இலங்கை மாறுவதை தடுத்தல் என்பது அதன் பொது வேலைத் திட்டத்தில் ஒன்றாகக் குறிப்பிட்டது. நாட்டின் ஐக்கியத்தை,

- சுதந்திரம்
- நாட்டின் புவிப்பிரதேச ஒருமைப்பாடு
- மக்களின் இறைமை
- ஜனநாயகம்
- விடுதலை
- மனித உரிமைகள்

என்பவற்றின் அடிப்படையில் உருவாக்குதல் நோக்க மென்றும் குறிப்பிட்டது. மௌபிம சுறக்கீமே வியாபாரயவின் இச்சொற்களுக்கும் நடைமுறை செயற்பாடுகளுக்கும் இடையிலான தர்மசங்கட நிலை ஆராய்வதற்குரிய விடயம் என சரத் அமுனுகம குறிப்பிடுகிறார்.

இந்தியா பற்றிய மனப்பிம்பம்

சிங்கள பௌத்த கருத்தியலில் இந்திய எதிர்ப்புணர்வு ஊறிச் செறிந்திருந்தது உண்மையே. ஆயினும் இந்தியா பற்றிய நல்

அபிப்பிராயமும் இக்கருத்தியலில் உள்ளடங்கி இருந்தது என்பதை மறுப்பதற்கில்லை. இந்தியாவின் உத்தம புதல்வர் கௌதம புத்தர்; அவரின் வழியைப் பின்பற்றுபவர் நாம் என்பது சிங்கள பௌத்த சிந்தனையின் ஒரு முக்கிய கூறு. 'ஆரிய வர்த்த' எனப்படும் இந்தியா ஆரியரின் பூமி. ஆரியருடன் இரத்த உறவு உடையவர்கள் நாம் என்பதும் இச்சிந்தனையின் ஒரு முக்கியக் கூறு. இந்த இரத்த உறவில் இருந்து திராவிடத் தமிழர்கள் 'பிறர்' (the other) என விலக்கப்பட்டனர் என்பதையும் குறிப்பிடுதல் வேண்டும். இதைவிட பௌத்தம் என்ற பெரும் கொடையை மகிந்த தேரர் இலங்கைக்குக் கொண்டுவந்து தந்தார் என்பதும் மறந்துவிடக்கூடிய ஒன்றன்று. பௌத்தர்களின் 'ஜெருசலேம்' எனக் கருதக்கூடிய புத்தகயாவிற்கு யாத்திரை செய்தல் பௌத்தர்களுக்கு ஒரு புனிதக் கடமையாகும். இந்தியாவின் பௌத்த புனிதத் தலங்களை இந்துக்களிடம் இருந்து மீட்டெடுத்துப் புனரமைக்கும் பெரும் பணியை உயர் இலட்சியங்களாகக் கொண்டு அநகாரிக தர்மபால செயற் பட்டார். அவர் இலங்கையின் இளம் பிக்குகள் மனதில் அந்த இலட்சியப் பணியில் தம்மை ஈடுபடுத்த வேண்டும் என்ற எண்ணத்தை விதைத்தார். அக்காலத்தில் இளம் பிக்குகள் பலர் வங்காளத்திற்குச் சென்று பயிற்சி பெற்றதுமல்லாமல் அங்கு வாழ்ந்து, வங்கத்தின் புரட்சிகர இந்திய விடுதலை இயக்கத்திலும் தம்மை ஈடுபடுத்தினர். களனி வித்தியாலங்காரப் பிரிவு வங்காளத்துடன் உறவுப் பிணைப்பை வளர்த்திருந்தது என்பதும் குறிப்பிடத்தக்கது.

இந்தப் பின்னணியிலேயே விரிசல் அடைந்து வரும் இந்திய – இலங்கை உறவுகளைப் பார்க்க வேண்டும் என்பதை வலியுறுத்தும் வகையில் சரத் அமுனுகம 'இந்தியாவின் வகிபாகம்' குறித்து விரிவாக எடுத்துச் சொல்கிறார். விரிவஞ்சி அவற்றை முழுமையாக எடுத்துரைப்பது தவிர்க்கப்படுகிறது.

அரசியற் செயற்பாட்டாளர்களாகத் துறவிகள்

பௌத்த துறவிகளின் அமைப்பான 'சங்க' வை சமூகவியலாளர் மக்ஸ் வெபர் 'உலகைத் துறந்தோர்களின் சமுதாயம்' (COMMUNITY OF RENOUNCERS) என வரைவிலக்கணம் செய்தார். ஆயினும் பௌத்த சமயத்தின் தொடக்க காலம் முதல்,

துறவிகளுக்கு ஒரு சமூக வகிபாகமும் உலகியல் தொடர்பும் இருந்து வந்தது என்பதை மறுப்பதற்கில்லை. பௌத்த சமய மரபில் 'சங்க' வின் வகிபாகம் குறித்த இரு மரபுகள் இருந்து வந்தன என சரத் அமுனுகம எடுத்துக்காட்டுகிறார்.

1. மறைநூல் பண்பாடு வழி வரும் மரபு: இதனை "CANONICAL CULTURE" என்று ஆங்கிலத்தில் கூறுவர்.
2. சமூக விடயங்களில் தலையிடும் பண்பாடு: இதனை "SOCIAL INTERVENTIONIST CULTURE" என்னும் ஆங்கிலத் தொடர் விளக்குகின்றது.

இவ்விரு மரபுகளுக்கும் பௌத்த சமயிகளிடம் ஏற்புடைமை இருந்து வந்துள்ளது. இவை இரண்டும் தனித்துவமுடைய மரபுகள் ஆயினும் இரண்டிற்கும் இடையே தொடர்பும் நெருக்கமும் இருந்து வந்தன. முதல் வகைப் பண்பாடு, வனவாசிகளான துறவிகளுக்குரியது. தியானத்தில் தமது முழுக் கவனத்தையும் குவித்தபடி வாழ்ந்தவர்களான வனவாசிகளான துறவிகள், உலகியல் விடயங்களில் தம்மை ஈடுபடுத்த விரும்பாதவர்களாக இருந்தனர்.

'வம்ச கதா' எனப்படும் மகாவம்சம் போன்ற நூல்களிலும் பிற பௌத்த சமயப் பனுவல்களிலும் கூறப்பட்ட சமூக விடயங்களில் தலையிடும் பண்புாடு, இருபதாம் நூற்றாண்டில் முதன்மை இடத்தை பெற்றது. 1946ஆம் ஆண்டின் வித்யாலங் கார பிரகடனம், சமூக விடயங்களில் பிக்குகள் தலையிடுதல் பண்பாட்டின் உச்சபட்ச அங்கீகாரமாக அமைந்தது. வித்யாலங்காரப் பிரகடனம் பின்வருமாறு கூறியது.

"இன்று பொருளாதார, சமூக, அரசியல் நிலைமைகள் புத்தர் வாழ்ந்த காலத்தை விட வேறுபட்டனவாக உள்ளன. ஆகையால் இன்று பிக்குகளின் வாழ்க்கை புத்தர் காலத்து பிக்குகளின் வாழ்க்கையை விட வேறுபட்டிருப்பதை நாம் ஏற்றுக்கொள்ள வேண்டும்."

மேற்படி மேற்கோளை எடுத்துக்காட்டும் சரத் அமுனுகம, பிக்குகள் அரசியல், பொருளாதாரம், சமூக விடயங்களில் தலையிடுவதை வித்யாலங்கார பிரகடனம் ஆதரிப்பதை

குறிப்பிடுகிறார். பிக்குகள் சுய விசாரணையிலும் தாம் வாழும் சமூகத்தில் தமது வகிபாகம் யாது என்பது பற்றிச் சிந்திப்பதிலும் ஈடுபட வேண்டும் என வேண்டப்பட்டனர். பிக்குகளுக்கு 1940களில் இரு மாற்று வழிகள் இருந்தன.

1. கிராம அபிவிருத்தி நடவடிக்கைகளில் ஈடுபடுதல்
2. அரசியலில் ஈடுபடுதல்

அரசியலில் ஈடுபடுவதை தமது வழியாகத் தேர்ந்து கொண்ட வித்யாலங்காரப் பிக்குகள், சிங்கள பௌத்த கட்சியான சிறிலங்கா சுதந்திரக் கட்சியின் ஆதரவாளர்களாகச் செயற்பட்டனர். 1956இல் எஸ்.டபிள்யு.ஆர்.டி பண்டாரநாயக்க தேர்தலில் வெற்றி பெறுவதற்கு உதவிய காரணிகளில் பிக்குகளிடமிருந்து கிடைத்த ஆதரவு முக்கியமானதாகும். 1956–இன் பின்னர், சிங்கள மக்களின் வாக்குகளைப் பெற்று தமது அரசியல் செல்வாக்கைப் பலப்படுத்த முயன்ற அனைத்து கட்சிகளும் தமது தேர்தல் பிரச்சார மேடைகளில் பிக்குகளுக்கு முதன்மை இடத்தை வழங்கினர். இவ்வாறாக இலங்கையின் அரசியலில் பிக்குகளின் பங்கேற்பு அதிகரித்தது.

ஜே. ஆர். ஜயவர்த்தன

Image source - jrjc.lk

இந்திரா காந்தியின் வெளியுறவுக் கொள்கை ஆலோசகரான பார்த்தசாரதி, இலங்கைக்கு வந்தபோது, ஜே.ஆர் ஜயவர்த்தன அவரைப் புத்த பிக்குகளுடன் இனப் பிரச்சினைத் தீர்வு பற்றி கலந்து பேசுமாறு கூறியதோடு தமது ஆலோசகர்களான பிக்குகளை "THEY ARE MY PARTHASARATHIS" என்று கூறினாராம். இத் துணுக்குச் செய்தியை எடுத்துக் கூறும் சரத் அமுனுகம, ஜயவர்த்தன அவர்கள், பிக்குகள் இனப் பிரச்சனையில் கொண்டிருக்கும் வகிபாகத்திற்கு அரச அங்கீகாரத்தையும் நியாயப்பாட்டையும் வழங்கியதைக் குறிப்பிடுகின்றார்.

1980களில் இரண்டாம் நிலைக் கல்வி நிலையங்களில் படிக்கும் மாணவர்கள் "முதல் தெரிவு எம் தாய் நாடு, அடுத்துதான் பாடசாலை" என்று கூறினர். 'பிரிவேனா'க்களில் கல்வி பயின்று கொண்டிருந்த இளம் புத்த பிக்குகள் "முதல் தெரிவு எம் தாய் நாடு, அடுத்துதான் பிரிவேனா" என்றும் கூறத் தொடங்கிவிட்டனர். அதுமட்டுமல்லாமல் துறவிகளில் ஒரு பிரிவினர், 'நிர்வாணம்' என்ற இலட்சியத்தை, அடுத்த பிறவிக்கு ஒத்திப் போட்டுவிட்டு, அரசியலில் இறங்குவதற்கு முன்வந்தனர். சரத் அமுனுகம அவர்களின் கட்டுரைத் தலைப்பான 'புத்தரின் புத்திரர்'களும் 'மண்ணின் புத்திரர்'களும், சங்க அமைப்பு எதிர்நோக்கிய இருதலைவாத பொறிநிலையைத் (Dilemma) தெளிவாக்குகிறது.

பின்னிணைப்பு 1:

சரத் அமுனுகம நூல் பக்.249–250–களில் தரப்பட்ட பட்டியல்

அரசியல் கட்சிகளும் அமைப்புகளும்

1. சிறிலங்கா சுதந்திரக் கட்சி – சிறிமாவோ பண்டாரநாயக்க, லக்ஸ்மன் ஜயக்கொடி.
2. மகாஜன எக்ஸத் பெரமுன – தினேஸ் குணவர்த்தன.
3. சிங்கள பலமண்டலய (S.B.M.) – நாத் அமரக்கோன்.
4. சிங்கள ஜனதா பெரமுன.
5. சிறிலங்கா தேசப் பிறேமி பெரமுன – ஜே.வி.பி. சார்புடையது.

பௌத்த சங்க அமைப்புகள்

1. தேசப் பிறேமி தருண பிக்கு சங்விதானய – ஜே.வி.பி. சார்புடையது.
2. மானவ ஹிதவதி பிக்கு சங்விதானய – ஜே.வி.பி சார்புடையது.
3. சமஸ்த லங்கா பிரகதிசீலி பிக்சு பெரமுன – எம். ஈ. பி. சார்புடையது.

பௌத்த சமய அமைப்புகள்

1. லோக சமா மகா சம்மேளனய – எஸ்.எல்.எவ்.பி. சார்புடையது.
2. சிறிலங்கா எக்ஸத் பௌத்த சம்மேளனய.

3. சிங்கள சங்வர்த்தன சங்விதானய (ஒரு வர்த்தக அமைப்பு) – சேனநாயக்காவின் யு. என். பி சார்புடையது.
4. எக்ஸத் திரிசிங்கள விமுக்தி சங்விதானய.
5. டட்லி சேனநாயக்கா குணசுமறன சங்கமய – சேனநாயக்காவின் யு. என். பி சார்புடையது.
6. சிங்கள தருண பெரமுன – எஸ். எல். எவ். பி சார்புடையது.
7. சிங்கள ஜனதாவரு கம்கறு சங்கமய.
8. பௌத்த சபா சம்மேளனய.
9. களனிபுர பௌத்த பலமண்டலய.
10. அநகாரிக தர்மபால தருண சமிதிய.
11. சிறிலங்கா பௌத்த சமிதி நியோஜித சம்மேளனய.
12. பௌத்த தியோசொபிக்கல் சொசைற்றி – (காமினி இரியகொல்ல)
13. சிங்கள காந்தா பெரமுன – (திருமதி. இந்திராணி இரியகொல்ல)

2

கத்தோலிக்க இயக்கத்திற்கு எதிர்ப்பு

இலங்கையில் பெரும்பான்மை சிங்கள மக்களை ஈர்ப்பதற்கு கத்தோலிக்கமும், கிறீஸ்தவப் பிரிவுகளும் போட்டியிட்டன. இது பௌத்த பிக்குகளின் மனதில் பாதுகாப்பற்ற உணர்வை தோற்றுவித்தது. 1950களில் பௌத்தர்கள் கத்தோலிக்க மதத்திற்கு எதிரான நடவடிக்கைகளை முன்னெடுத்தனர். அக்காலத்தில் "Catholic Action" (கத்தோலிக்க இயக்கம்) என்ற அச்சுறுத்தல் பற்றிய பேச்சு அரசியலில் முதன்மை பெற்றது. சிறிலங்கா சுதந்திரக் கட்சி பௌத்தர்களின் பாதுகாவலன் என்ற வகிபாகத்தை அவ்வேளை ஏற்றுக் கொண்டது.

சிறிலங்கா சுதந்திரக் கட்சி ஆட்சியில் கத்தோலிக்க பாடசாலைகள் தேசிய மயமாக்கப்பட்டன. அரச வைத்தியசாலைகளில் கன்னியாஸ்திரிகள் "நர்ஸ்" எனும் மருத்துவத் தாதியர் தொழில் செய்வது தடைசெய்யப்பட்டது. பௌத்தர்களுக்கு நிர்வாகத் துறையில் உயர் பதவிகள் வழங்கப்பட்டன. இராணுவத்தின் உயர் பதவிகளில் பௌத்தர்கள் நியமிக்கப்படனர். இவை போன்ற பல நடவடிக்கைகளை சிறிலங்கா சுதந்திர கட்சி அரசாங்கம் அக்காலத்தில் மேற்கொண்டதை சரத் அமுனுகம எடுத்துக் காட்டுகிறார். 1972இல் புதிய அரசியல் யாப்பு பௌத்தத்திற்கு முதன்மை இடம் வழங்கியமை இந் நடவடிக்கையின் உச்சமாக அமைந்தது.

சிறிலங்கா சுதந்திர கட்சி சென்ற பாதையில், ஐக்கிய தேசியக் கட்சியும் பௌத்த மதத்தின் காவலனாக செயற்படத் தொடங்கியது. 1977 பொதுத் தேர்தலின் பின்னர் தனிப் பெரும்பான்மையுடன் ஆட்சிக்கு வந்த ஐக்கிய தேசியக் கட்சியின் தலைவர் "தர்மிஷ்ட சமுதாயத்தை" (Righteous Society) உருவாக்கப் போவதாக அறிவித்து, அரசியல் களத்தில் சிறிலங்கா சுதந்திர கட்சிக்கு போட்டியாக பௌத்த நலன்களின் பாது காவலன் வகிபாகத்தை எடுத்துக் கொண்டது. ஆயினும் புதிய சூழலில் கத்தோலிக்கம் இருகோணங்களில் இருந்து பௌத்தத்திற்கு அச்சுறுத்தல் விடுத்ததென சரத் அமுனுகம குறிப்பிடுகிறார்.

வடபகுதியில், மன்னார் போன்ற இடங்களில் கத்தோலிக்க குருமார் தமிழ்த் தீவிரவாதிகளுக்கு ஆதரவாக செயற்படு கின்றனர் என்ற குற்றச்சாட்டு வைக்கப்பட்டது.

கத்தோலிக்கத்தில் புதிதாக மேற்கிளம்பிய விடுதலை இறையியல் (Liberation Theology) தத்துவம் சமூக மட்டத்தில் செல்வாக்கைப் செலுத்தியது.

1950களில் "கத்தோலிக்க" இயக்கம் என்ற அச்சுறுத்தல் கத்தோலிக்க உயர் பீடங்களில் இருந்து எழுந்தது. ஆனால் விடுதலை இறையியல் தத்துவம் இளம் தலைமுறைக் கத்தோலிக்க பாதிரிமாரிடமிருந்து எழுந்தது. தென்பகுதியின் கிராமம் ஒன்றில் வாழ்ந்த கத்தோலிக்க மதகுரு ஒருவரின் நடவடிக்கைகளை ஒரு கட்டுரை பின்வருமாறு விபரித்தது.

“ஏழை ஒருவனின் வீட்டில் கத்தோலிக்க மத குரு தங்கி இருக்கிறார்; சைக்கிளில் ஓடித் திரிகிறார். அவர் கிராமத்து பாடசாலையின் ஆசிரியராகவும் இருக்கிறார். பாடசாலைப் பிள்ளைகள் அவரைக் கண்டதும் மகிழ்ச்சி பொங்க வரவேற் கின்றனர். அவர் உடைகள், பாலுணவு, மருந்துகள் என்பவற்றைக் கொண்டு வந்து கொடுப்பதோடு கோழி வளர்ப்பதற்கான கோழிக்கூடுகளை பரிசளிக்கிறார்.”

இவ்வாறு விபரித்துச் செல்லும் கட்டுரையின் முடிவில் “இது வறிய மக்கள் மீதான சமய வேட்டையாடல் ஆகும். இவை நாட்டின் அமைதிக்கு வழி வகுக்குமா?” என்று வினா எழுப்புவதையும் இது பௌத்த உயர் தலைமைக் குரு ஒருவரால் எழுதப்பட்டதெனவும் சரத் அமுனுகம குறிப்பிடுகிறார். இளம் பௌத்த துறவிகளின் மனதில் கத்தோலிக்கம் உட்பட பிற மதங்களின் நடவடிக்கையால் பாதுகாப்பின்மை உணர்வு வலுப்பட்டு இருப்பதை அவர் எடுத்துக்காட்டுகிறார்.

அரசியல் அதிகாரத்தை பலாத்கார வழியில் பெறுதல்

மக்கள் விடுதலை முன்னணியின் 1971ஆம் ஆண்டுக் கிளர்ச்சியும், 1987 – 89 காலத்தில் அது நடத்திய போராட்டமும் ஆயுதம் தாங்கிய கிளர்ச்சிகளே என்பதில் ஐயமில்லை. 1971ஆம் ஆண்டின் கிளர்ச்சி பற்றி சமூகவியலாளர் கணநாத் ஒபயசேகர கூறியிருப்பதை சரத் அமுனுகம மேற்கோளாகத் தந்துள்ளார். அதன் தமிழாக்கம் வருமாறு,

“1971 ஆண்டில் ஏற்பட்ட கிளர்ச்சி இளைஞர்கள் சமூகத்தின் கிளர்ச்சி என்பது சந்தேகத்திற்கு அப்பாற்பட்ட விடயம். இந்தக் கிளர்ச்சியில் தீவிரமாக பங்குபற்றியோரில் பெரும்பான்மையினர் ஆண்கள். புள்ளி விபரங்களை ஆராய்ந்து பார்த்தால் சந்தேகத்திற்குரிய கிளர்ச்சியாளர்களில் பெரும்பான்மையினர் சிங்கள பௌத்தர்களாவர்.”

1971 கிளர்ச்சியில் பங்கேற்றவர்களின் சமூகப் பின்புலம் பற்றி கணநாத் கூறியிருப்பவை 1987–89 கிளர்ச்சியை இயக்கிய இளைஞர் கூட்டத்திற்கும் பொருத்தமானது என சரத் அமுனுகம கூறுகிறார். பௌத்த பிக்குகள் எதிர்கொண்ட

இருதலைப்பொறிவாத நிலையை (Dilemma) சரத் அமுனுகம நான்கு கோணங்களில் பகுப்பாய்வு செய்கிறார்.

- ஜே.வி.பி (JVP) என்னும் மக்கள் விடுதலை முன்னணியும், பிக்குகளும்.
- பிக்குகளும், ஐக்கிய தேசியக் கட்சி அரசாங்கமும்.
- பிக்குகளின் அமைப்பான 'சங்க'வின் வெவ்வேறு படி நிலைகளில் பலாத்காரம் என்ற விடயம் நோக்கப் பட்டமையில் உள்ள வேறுபாடுகள் (Difference in Perception of Violence).
- பிக்குகளும், உயிர்கொல்லி ஆயுதக் குழுக்களும் (Death Squads).

1971இல் மக்கள் விடுதலை முன்னணியின் கிளர்ச்சியில் பிக்குகளின் பங்கேற்பை விட, 1987–89 காலத்தில் அவர்களின் பங்களிப்பு அதிகரித்திருந்தது. 1983இன் தமிழர் எதிர்ப்பு கலகத்தின் பின்னர் மக்கள் விடுதலை முன்னணியை அரசாங்கம் தடை செய்தது. அதன் தலைவர்கள் தலைமறைவு வாழ்க்கையை மேற்கொண்டனர். இந்நிலையில் மக்கள் விடுதலை முன்னணியின் ஒழுங்கமைப்பு வேலைகளில் இளம் பிக்குகள் முக்கியமான இடத்தை பெற்றனர்.

பிக்குகளின் ஒழுங்கமைப்பு

மக்கள் விடுதலை முன்னணியின் 3 முன்னரங்கு அமைப்பு களில் (Fronts) பிக்குகள் முக்கிய இடத்தைப் பெற்றனர்.

- பல்கலைக்கழக மாணவர்களும், உயர் வகுப்பு மாணவர் களும் கொண்ட மாணவர் அமைப்புகள்.
- பௌத்த பிக்குகளின் அமைப்புகள்.
- பெண்களின் அமைப்புகள்.

ஒவ்வொரு அமைப்பிற்கும் தனித்தனியான யாப்பு விதிகள் வகுக்கப்பட்டன. ஒவ்வொன்றிற்கும் வெவ்வேறு உத்தியோகப் பதவிகள் இருந்தன; தனித்தனி வரவு செலவு திட்டம் இருந்தது. ஒவ்வொரு பிரிவினதும் பிரசுரப் பகுதியும் தனித்தனவையாக இயங்கின.

மக்கள் விடுதலை முன்னணி ஐந்து வலயங்களைக் கொண்ட ஒழுங்கமைப்பைக் கொண்டிருந்தது.

1. மேற்கு, சப்பிரகமுவ வலயம்
2. மத்திய வலயம்
3. ரஜரட்ட வலயம்
4. ஊவா – கிழக்கு வலயம்
5. தெற்கு வலயம்.

வலயப் பிரிவுகளுக்குள் மாவட்டம், உப மாவட்டம் என பிரிவுகளும் இருந்தன. மக்கள் விடுதலை முன்னணியின் பிக்குகள் அமைப்பும் இவ்வாறான வலைப்பின்னல் அமைப்பைக் கொண்டதாய் செயற்பட்டதை சரத் அமுனுகம விபரிக்கிறார்.

மக்கள் விடுதலை முன்னணியின் பலாத்கார அரசியல் பாதையில் இளம் பிக்குகள் தம்மை முழுமையாக ஈடுபடுத்திக் கொள்வதை சரத் அமுனுகம விரிவாக விளக்கிச் செல்கிறார். ஏறக்குறைய பன்னிரெண்டு பக்கங்களில் (பக்.265–276) விபரித்துக் கூறியிருப்பதை முழுமையாக இங்கு தருதல் சாத்திய மற்றது. இளம் பிக்குகளுக்கும் சங்க அமைப்பின் தலைமை பீடத்திற்கும் ஏற்பட்ட விரிசல் பற்றிய தகவல்கள் முக்கியமானவை. சங்கவின் தலைமைப் பீடம் ஐக்கிய தேசியக் கட்சி, சிறிலங்கா சுதந்திர கட்சி என்று இரு பிரதான கட்சிகளின் ஆதரவாளர்களான பிக்குகளைக் கொண்டதாக இருந்தது. இதனால் இளம்பிக்குகள் அரசுக்கு எதிராக கிளர்ந்தெழுந்ததோடு அமையாது, சங்கவின் தலைமைப்பீடத்திற்கு எதிராகவும் கிளர்ந்தெழுந்தனர். இந்த நெருக்கடியை இக்கட்டுரை மிகவும் தெளிவான முறையில் விளக்கியுள்ளது. வாசகர்கள் ஆங்கில மொழியில் இதனை படித் தறிந்து கொள்ளுதல் பயனுடையது.

கட்டுரையின் இறுதியில் சரத் அமுனுகம அவர்கள் முடி வுரையாக கூறியிருக்கும் கருத்துக்கள் இளம் பிக்குகள் கிளர்ச்சிவாத மக்கள் விடுதலை முன்னணியின் பக்கம் சார்ந்ததன் விளைவுகளை சமூகவியல் நோக்கில் விளக்குவனவாக உள்ளன.

1. இலங்கை நெருக்கடி பற்றி எழுதியவர்கள் பலர், சிங்கள பௌத்த துறவிகளின் அமைப்பான 'சங்க'வை ஒருமைத்

தன்மையுடைய கட்டுக்கோப்பான அமைப்பாகச் சித்தரித் துள்ளனர். இதனை இனக்குழும அரசியல் என்பன தொடர் பான தெளிவான கொள்கையுடையதும், ஒருமித்த குரலில் பேசும் தன்மையுடையதுமான அமைப்பாக காட்ட முனைந் துள்ளனர். யதார்த்தத்தில் உண்மைநிலை வேறானது. சங்கவைச் சேர்ந்த துறவிகள் ஒவ்வொருவரும் வெவ்வேறு அமைப்புகளில் சேர்ந்து செயற்படுகின்றனர். அவர்கள் ஒவ் வொருவருக்கும் வெவ்வேறான நிகழ்ச்சி நிரல்கள் உள்ளன.

2. சிங்கள மக்கள் பௌத்தத்தின் காவலர்கள் என்ற கருத்து துறவிகள் மனதில் ஆழப்பதிந்துள்ளது. அவர்கள் பௌத் தத்தின் எதிரிகளை எதிர்கொள்வதற்கு பலாத்காரத்தைக் கருவியாக பயன்படுத்துவதை நியாயப்படுத்தும் மனப் போக்கை வெளிப்படுத்துகிறார்கள். பௌத்தத்தின் அடிப் படையான நெறிமுறைகளுக்கு எதிரானது பலாத்காரம் என்பதைத் தெரிந்திருந்தும் அவர்கள் அதனை நியாயப் படுத்துகிறார்கள். பாளி நூல்களில் பௌத்த சங்க அமைப்புக்கும் சிங்கள அரசுக்கும் இடையிலான பிணைப்புப் பற்றி கூறப்பட்டுள்ளதை துறவிகள் முன்னுதாரணமாக கொள்கின்றனர்.

3. பிக்குகளுக்கு வழங்கப்படும் கல்வியில் பெரும் மாற்றங்கள் ஏற்பட்டுவிட்டன. குறிப்பாக பிரிவேனாக்களிலும், பல்கலைக் கழகங்களிலும் அவர்களுக்கு வழங்கப்படும் கல்வி, மரபு வழியாக பிக்குகள் பெற்று வந்த கல்விக்கு மாறுபட்டது. சங்கவிற்கு ஆட்சேர்ப்பு செய்யும் முறையிலும் மாற்றங்கள் ஏற்பட்டுள்ளன. இந்தக் காரணங்களால் கிளர்ச்சிவாதத்திலும், சமூகம் சார் விடயங்களிலும் அக்கறை கொண்ட இளம் பிக்குகள் சங்க அமைப்பில் சேர்ந்து கொள்கிறார்கள். இதனால் மக்கள் விடுதலை முன்னணிக்கான ஆதரவுத் தளம் அதிகரித்து செல்கிறது. அரசு கிளர்ச்சியை அடக்கு வதற்கு நடவடிக்கைகள் மேற்கொண்டபோது கிளர்ச்சியின் ஆதரவாளர்களான பிக்குகள் மீதும் வன்முறை பிரயோகிக்கப் பட்டது. இவ்வேளை வன்முறையை வன்முறையால் எதிர்கொள்வதென்ற நடைமுறை அரசியல் (Real Politic) நியாயத்தை பிக்குகளும் எதிர்கொண்டனர்.

4. சமூகப் புரட்சியில் (Social Revolution) பற்றும் நம்பிக்கையும் உடையவர்களாக விளங்கும் இளம் பிக்குகள் மக்கள் விடுதலை முன்னணி பலாத்காரத்தை பிரயோகிப்பதை ஆதரித்தனர். அதுமட்டுமல்லாமல் தமது துவராடையை களைந்துவிட்டு துப்பாக்கியை ஏந்தவும் இளம்பிக்குகள் முன்வந்தனர். கிளர்ச்சிவாதப் பிக்குவை சுயநலமற்றவராகவும், சமூக உளவியல் விடயங்களில் மக்கள் நலன் நோக்கில் தலையீடு செய்பவராகவும் கருதும் பௌத்த தத்துவ நோக்காக இதனை விளக்கலாம்.

5. பௌத்த துறவிகள் சமூக யதார்த்தத்தை (Social Reality) பௌத்த குறியீடுகள் மூலம் புரிந்து கொள்ளும் முயற்சியில் ஈடுபடுவதைக் காணமுடிகிறது. சமய சார்பற்ற விடயங்களான இனக்குழுமம் (Ethnicity), ஜனநாயகம், புரட்சியும் வன் முறையும் போன்ற கருத்தாக்கங்களை அவற்றின் சமூக அரசியல் பின்புலத்தில் புரிந்து கொள்வதற்கு பதிலாக பௌத்த குறியீட்டியல் (Buddhist Symbolism) ஊடாக புரிந்துகொள்வதற்குத் துறவிகள் பழக்கப்பட்டுள்ளனர். இது சமூக அரசியல் நிலமைகளை சமயப் பண்பாட்டின் வழி புரிவதும் ஆகும்.

   அரசு அதிகாரத்தை எதிர்கொண்டவர்களான வாரியப்பொல, குடஹாபொல போன்ற பிக்குகளை உதாரண புருஷர்களாக கொண்டு அரசு – சமய உறவு பற்றி விளக்கம் கூற முனைவதை உதாரணமாக குறிப்பிடலாம். பொதுவுடைமை என்ற அரசியல் சிந்தனையை, புத்தர் போதித்த துறவிகளின் குழு வாழ்க்கையின் விழுமியங்களை உதாரணம் காட்டி புரிந்து கொள்ள முனைகின்றனர். துறவிகள் தனியுடைமை என எவற்றையும் வைத்திருப்பதில்லை, தானமாகக் கிடைத்த உணவை பகிர்ந்து உண்ணுதல் ஆகியன பொதுவுடைமைக்கு எடுத்துக்காட்டுகளாக கூறப்பட்டுள்ளன. இவ்வாறான விளக்கங்கள் சமகால அரசியல் சமூக பிரச்சினைகளை மிகை எளிமைப்படுத்திப் பார்த்தல் (Over Simplification) என்ற தவறுக்கு இடம் தருவதாக அமைகிறது.

6. புரட்சிகர அரசியலுக்கு துறவிகள் பிரவேசித்ததன் விளைவுகள் சங்க அமைப்பின் மதிப்பை குறைப்பதாக அமைந்தது.

பிக்குகளின் கவர்ச்சி ஆளுமை இதனால் தேய்வுற்றது. பிக்குகளை கைது செய்தல், அவர்களின் துவராடையை களைந்து அவமானப்படுத்துதல், ஆயுதப் படைகளால் சுட்டுக் கொல்லப்படுதல் என்பன பிக்குகளின் கௌரவத்தைப் பாதிப்பனவாக அமைந்தன. 1987–1989 கால அரசியல் குழப்பங்கள் பௌத்த பிக்குகளின் அரசியல் பிரவேசத்தின் பின்விளைவுகளை எடுத்துக்காட்டுவனவாய் அமைந்தன.

●

இக்கட்டுரை 18, 24 ஆகஸ்டி 2023இல் இரு பகுதிகளாக, 'எழுநா' இதழில் பதிவு பெற்றது.

பேராசிரியர் எச்.எல். செனவிரத்தின

இவர் பேராதனைப் பல்கலைக்கழகத்தில் சமூகவியல் துறையில் கடமையாற்றியவர். பின்னர் ஐக்கிய அமெரிக்காவின் வேர்ஜினியா பல்கலைக்கழகத்தில் மானுடவியல் துறையில் பேராசிரியராகப் பணிபுரிந்து ஓய்வுபெற்றார். மானுடவியல் துறையில் கலாநிதிப் பட்டத்தினை பெற்ற இவர், பௌத்த சமயம், இலங்கை அரசியல், சோசலிசம், ஜனநாயகம், மனித உரிமைகள், இனக்குழும தேசியவாதம், சினிமா, கலை இலக்கியம் சார்ந்த ஆழமான ஆய்வுகளைத் தந்தவர். இவரது ஆய்வுக் கட்டுரைகள் சர்வதேச பருவ இதழ்களில் பிரசுரம் கண்டு பாராட்டுகள் பெற்றன. இவரது புகழ்பெற்ற நூல்கள் இரண்டை இங்கு குறிப்பிட்டுச் சொல்லியே ஆக வேண்டும்.

1. RITUALS OF THE KANDYAN STATE - CAMBRIDGE UNIVERSITY PRESS 1978

2. THE WORK OF KINGS : THE NEW BUDDHISM IN SRI LANKA, UNIVERSITY OF CHICAGO PRESS 1999.

    இந்தக் கட்டுரை Religion in Context- Buddhism and Socio-Political Change in Sri Lanka- Published By SSA) என்ற நூலில் சேர்க்கப்பட்டுள்ளது.

05

பௌத்தமும், இலங்கையின் சமூக அரசியல் மாற்றமும்...

ஆங்கிலத்தில்:
எச்.எல். செனவிரத்தின

Religion in Context - Buddhism and
Socio - Political Change in Sri Lanka
Source Images : slbooks.lk

*1943*ஆம் ஆண்டில் பௌத்த பிக்கு ஒருவர் கொழும்பு மாநகரசபை உறுப்பினர் பதவிக்கான தேர்தலில் போட்டியிட்டார். பௌத்த பிக்கு ஒருவர் தேர்தல் அரசியலில் இறங்கிய முதலாவது உதாரணமாக இது அமைந்தது. ஆயினும் அவர் அந்தத் தேர்தலில் தோற்கடிக்கப்பட்டார். 1977ம் ஆண்டில் தான் முதன்முதலாக பிக்கு ஒருவர் நாடாளுமன்றத் தேர்தலில் போட்டியிட்டார். அவரும் அந்தத்தேர்தலில் தோல்வியுற்றார்.

அதன் பின்னர் பத்தேகம சமித்த என்ற பௌத்த பிக்கு 2001ஆம் ஆண்டில் நாடாளுமன்றத்திற்குத் தெரிவு செய்யப்பட்டார். இலங்கையின் இனப்பிரச்சினையை இணக்கமாகத் தீர்க்கவேண்டும், போரை முடிவுக்குக் கொண்டுவர வேண்டும் என்ற கருத்துக்களை உடையவரான பத்தேகம சமித்த 2004ஆம் ஆண்டின் தேர்தலில் தோல்வியுற்றார். அவரின் இடத்திற்கு தீவிரவாதம் பேசிய இன்னொருவர் தெரிவுசெய்யப்பட்டார்.

2004ஆம் ஆண்டின் நாடாளுமன்றத் தேர்தலில் "ஜாதிக ஹெல உறுமய" என்ற சிங்கள பௌத்த அரசியல் கட்சி புத்தபிக்குகளின் கட்சியாகத் தோற்றம் பெற்றதோடு, 200 வேட்பாளர்களைத் தேர்தலில் நிறுத்தியது. அந்தத்தேர்தலில் 9 பிக்குகள் நாடாளுமன்ற உறுப்பினர்களாகத் தெரிவு செய்யப்பட்டனர். பௌத்த குருமாரின் அரசியல் பிரவேசம் பல கோணங்களில் ஆராயப்பட வேண்டிய ஒரு விடயம். பிக்குகளின்

அரசியல் பிரவேசத்தைத் தூண்டிய சமூக, பொருளாதார, அரசியல் மாற்றங்கள் யாவை என்பது ஆழமான ஆய்வுக்குரியது.

இலங்கையில் பௌத்த குருமாரின் அரசியல் பிரவேசம் பற்றிய மானிடவியலாளர்களின் ஆய்வுகள் பல உள்ளன. இப்பொருள் குறித்து ஆய்வு செய்தவர்களில் எச்.எல். செனவிரத்தின முக்கியமான ஒருவர். 1999ம் ஆண்டில் அவரது 'The Work of Kings' என்ற நூல் வெளிவந்தது. அவர் பல ஆய்வுக் கட்டுரை களையும் எழுதியுள்ளார். "Buddhist Monks and Ethnic Politics" (பௌத்த பிக்குகளும் இனக் குழும அரசியலும்) என்ற தலைப்பில் அவர் எழுதிய கட்டுரையில் உள்ள கருத்துக்களைத் தொகுத்துக் கூறுவதாக எனது இக்கட்டுரை அமைந்துள்ளது.

மரபுச் சமூகத்தில் பிக்குகளின் வகிபாகம்

பௌத்த சமய புனித நூல்களின் நோக்கில் மரபுச் சமூகத்தில் பிக்குகளின் வகிபாகத்தை 'உலகைத் துறந்தோர் குழுமம்' (Community of Renouncers) என்ற தொடரால் வரையறை செய்யலாம். மக்ஸ் வெபர் என்ற சமூகவியலாளர் கூறிய மேற்குறித்த வரைவிலக்கணம் ஓர் இலட்சிய மாதிரியாகும். இவ்வரைவிலக்கணத்தில் பிக்குவின் சமூகத் தொடர்புகள் அழுத்தம் பெறவில்லை. இலங்கையில் வனவாசிகளான பிக்குகள் (Forest Monk), கிராமவாசிகளான பிக்குகள் என இருவகையினர் இருந்து வந்தனர். இவ்விரு வகையினரும் இல்வாழ்வோரான பௌத்த சமயிகளின் ஆதரவுடன் தமது துறவு வாழ்க்கையை மேற்கொண்டனர்.

மரபுவழிச் சமூகத்தில் துறவி – இல் வாழ்வோர் உறவுகளை (Monk/ Lay Relations) கொடைப்பரிவர்த்தனை (Gift Exchange) உறவு என செனவிரத்தின விளக்குகிறார். இல்வாழ்வோன் துறவியின் வாழ்க்கைக்குத் தேவையான பொருட்களை (Material Goods) கொடையாக வழங்குகிறார். இதற்குப் பதிலீடாக துறவி ஆன்மீக வழிகாட்டல் (Spiritual Guidance) என்ற சேவையை வழங்குகிறார். அவர் வழங்கும் சேவை/கொடை எல்லாவகைக் கொடைகளிலும் உயர்ந்தது. துறவி தன் முழு நேரத்தையும் பிறப்பு, இறப்பு என்ற தளைகளில் இருந்து விடுவிப்பதற்கான

ஆன்மீகத் தேடலில் செலவிடுகிறார். கொடைப் பரிவர்த்தனையின் அடிப்படையிலான இவ்வுறவு சமூக உறவுப் பிணைப்பாக மலர்ச்சி பெற்றது. துறவியின் ஒழுக்கம் மடாலய ஒழுக்க விதிகளால் (Code of Monastic Discipline) வரையறை செய்யப் பட்டது. 'விநய' என அழைக்கப்பட்ட இவ்விதிகள் மீது பிக்கு களின் பற்றுதல் உறுதியான அடித்தளத்தைக் கொண்டிருந்தது. இல்வாழ்வோருடன் துறவிகள் கொள்ளும் உறவும் தெளிவான எல்லைகளால் வரையறை செய்யப்பட்டன என்றும் செனி விரத்தின கூறுகிறார்.

புத்தபிக்குகளும் 'சமூகசேவையும்'

புத்த பிக்குகள் வழங்கிய 'ஆன்மீக வழி காட்டல்' என்ற யாவற்றிலும் உயர்ந்த கொடையை விட, அவர்களுக்கு சமூக சேவை என்ற கடப்பாடும் உள்ளதாக நவீன காலத்தில் விளக்கங்கள் எழுந்தன.

பௌத்தசமய சீர்திருத்தவாத இயக்கத்தினர் பிக்குகளுக்கு 'சமூக சேவை' என்ற கடமையை வலியுறுத்தினர். வல்பொல ராகுலதேரர் 'பிக்குவின் பாரம்பரியம்' (பிக்சுகே உறுமய) என்ற பிரசித்தமான நூலில் 'பௌத்தம் பிறருக்கு சேவை செய்வதை அடிப்படையாகக் கொண்டது' என்ற விளக்கத்தைக் கூறியதோடு, துறவிகள் சமூகவேலை செய்தவற்காக, 'நிர்வாணம்' என்ற உயர் இலக்கை இன்னொரு பிறப்பிற்கு 'ஒத்தி'ப் போடுவதான தியாகத்தைச் செய்தல் வேண்டும் என்ற கருத்தையும் கூறினார். எச்.எல். செனவிரத்தின 'சமூகசேவை' என்ற இப்புதிய விளக்கத்தின் விளைவுகளை பின்வருமாறு விளக்கிக் கூறுகிறார்.

'சமூக சேவை (சமாஜசேவய)' என்ற சொற்றொடர் உலகியல் சார் அனைத்து நடவடிக்கைகளிலும் ஆலோசனைகளையும், வழிகாட்டல்களையும் வழங்குவதை உள்ளடக்குகிறது. அரசியல் நடவடிக்கைகளும் இதில் உள்ளடக்கப்பட்டுள்ளமை வெளிப் படையானது. அரசாங்கங்களை ஆட்சியில் இருத்துவதும், அவற்றை ஆட்சியில் இருந்து அகற்றுவதும் தெரிவு செய்யப்பட்ட மக்கள் பிரதிநிதிகள் மீது அழுத்தங்களைப் பிரயோகிப்பதும் துறவிகளின் சமூக சேவைகளில் உள்ளடங்குகின்றன. மேற்குறித்த வாறான சமூக சேவைகளும் அரசியல் வகிபாகமும் இலங்கையில்

'இரண்டாயிரம் ஆண்டுகளுக்கு முன் பௌத்தம் கால்பதித்த காலம் தொட்டு' புத்த பிக்குகளுக்கு உரியதாக இருந்து வந்துள்ள தென்றும் இன்றைய படித்த பிக்குகள் சிலர் கூறுவதாக செனவிரத்தின குறிப்பிடுகின்றார். பிக்குகள் சிலரின் இக்கருத்தை பௌத்த சமயத்தினரின் பெரும்பகுதியினர் மௌனமாக ஏற்றுள்ளனர் என்றும், குறிப்பாக மத்தியதர வர்க்கத்தனர்களிடம் ஏற்கப்பட்டதொரு கருத்தாக இது மாறியுள்ளதெனவும் அவர் குறிப்பிடுகிறார். அவர் தொடர்ந்து கூறுவதாவது:

இவ்விடயத்தை நுணுகி நோக்கும் போது, இது பண்டைக் காலத்தில் இருந்து வந்த ஒரு கருத்து அன்று. இது தேசிய சீர்திருத்தவாதியான அநகாரிக தர்மபால (1864–1933) கண்டு பிடித்துக் கூறிய புத்தாக்கம். தேசிய மறுமலர்ச்சி என்ற அவரது செயற்திட்டத்தை இயக்குவதற்கு சுதேசியத் தலைமைத்துவம் ஒன்று அவருக்குத் தேவைப்பட்டது. துறவிகள் இதற்கு மிகச் சிறந்த தெரிவு என அவர் கருதினார். பௌத்த துறவிகளை அவர்கள் முன் எப்போதும் வகித்திராத பீடத்தில் தர்மபால உயர்த்தி வைத்தார். குறித்ததொரு உலகியல் வகிபாகம் அவர்களிற்கு வழங்கப்பட்டது. அவ்வகிபாகம் மரபுரிமை என அவர்கள் கருதத் தொடங்கினர். 'சமூக சேவை' என்ற வடிவில் உருப்பெற்ற இக்கருத்து துறவிகளின் அரசியல் செயற்பாட்டை நியாயப்படுத்தும் கருத்தியலாக வடிவமைக்கப்பட்டது.

வித்தியோதய, வித்தியாலங்காரப் பிரிவேனகள்

1930களிலும் 1940களிலும் கொழும்பு மாவட்டத்தில் வித்தியோதய பிரிவேன, வித்தியாலங்கார பிரிவேன என இரு கல்வி நிறுவனங்கள், பௌத்த மறுமலர்ச்சி இயக்கத்தின் மையங்களாகச் செயற்பட்டன. தர்மபாலவின் தேசிய மறு மலர்ச்சியை ஏற்படுத்தும் செயல்திட்டத்தில் இவ்விரு பிரிவேனக் களும் பங்கேற்றன. 1933இல் தர்மபாலவின் மறைவிற்குப் பின்னர் இவை பௌத்த சமய நடவடிக்கைகளின் முக்கியமான நிறுவனங்களாக இருந்தன. தேசிய மறுமலர்ச்சியும் சிங்கள தேசத்தைக் கட்டியெழுப்புவதுமான தர்மபாலவின் செயற்திட்டம் இருவழிமுறைகளைக் கொண்டதாக இருந்து.

கிராம அபிவிருத்தி மூலமான பொருளாதார முன்னேற்றம், பண்பாட்டு மறுமலர்ச்சி என்பனவே இவ்விரு வழிமுறை

களாகும். விஞ்ஞான அடிப்படையிலான விவசாயம், சுகாதார மேம்பாடு, கிராம மக்களிடையே முரண்பாடுகளைத் தீர்த்தல் ஆகியன கிராம அபிவிருத்தி என்ற வழிமுறையில் உள்ளடக்கப் பட்டிருந்தன. மந்திர தந்திர நடைமுறைகளை நீக்கிச் சுத்திகரிக்கப்பட்ட பௌத்த சமயமும் கிராமிய அபிவிருத்தி வழிமுறையின் முக்கியமானபாகமாக அமைந்தது. கிராம அபிவிருத்தி என்ற வழிமுறையை வித்தியோதய பிரிவேன பிக்குகள் ஏற்றுச் செயற்படுத்தினர். இலங்கை பன்மைப் பண்பாடுகளைக் கொண்ட பல்லினச் சமூகம் என்ற யதார்த்தத்தையும் இப்பிரிவினர் ஏற்றுக்கொண்டோராகவும், அரசியலில் இருந்து விலகியும் செயற்பட்டனர். வித்தியோதயப் பிரிவினரை நடைமுறைவாதிகள் (Pragmatic Monks) என எச்.எல். செனவிரத்தின குறிப்பிடுகிறார்.

தர்மபாலவின் பண்பாட்டு மறுமலர்ச்சி என்ற வழிமுறையில் வித்தியாலங்கார பிக்குகள் அதிதீவிர கவனம் செலுத்தினர். 'நாடு, தேசியம், சமயம் (Country, Nation and Religion)' என்ற தர்மபாலவின் கோஷம் வித்தியாலங்காரப் பிரிவினரை கவர்ந்து ஈர்த்த மந்திரச் சொற்களாயின. தமிழர்களும், ஏனைய சிறுபான்மை இனங்களும் இலங்கையில் சம உரிமையோடு வாழ்வதை மறுக்கும் முறையிலான செயற்பாடுகளை வித்தியாலங்கார பிரிவேன பிக்குகள் முன்னெடுத்தனர். 1930களிலும் 1940களிலும் தீவிரம் பெற்ற வித்தியாலங்கார பிரிவேனவின் செயற்பாடுகள் 1956இல் எஸ்.டபிள்யு.ஆர்.டி. பண்டாரநாயக்கவின் தேர்தல் வெற்றியுடன் உச்சக்கட்டத்தை எய்தின. மேலே குறிப்பிட்டுள்ள வல்பொல ராகுலதேரர் வித்தியாலங்கார பிரிவேனவைச் சேர்ந்தவர். அவர் எழுதி வெளியிட்ட 'பிக்சுகே உறுமய 1946இல் வெளியாகி, இரு வாரங்களுக்குள் முற்றாக விற்றுத் தீர்ந்தது, 'ஒரு நாட்டை உலுக்கிய நூல்' என இது விமர்சகர்களால் குறிப்பிடப்பட்டுள்ளது. வித்தியலங்கார பிக்குகளை 'கருத்தியல் பிக்குகள்' (Ideological Monks) என்று எச். எல். செனவிரத்தின குறிப்பிடுகிறார்.

வித்தியோதய (நுகேகொட) வித்தியாலங்கார (காணி) என்ற அடையாளங்கள் இடஅமைவு சார்ந்து பிக்குகள் இரு

அணியினராகப் பிரிந்தனர் என்ற தவறான கருத்தை தரலாம். உண்மையாதெனில் வித்தியோதயவில் கிராம அபிவிருத்தி என்று நடைமுறைவாதம் மேலோங்கிய போக்காகவும், வித்தியாலங்காரவில் பண்பாடு அரசியல் என்பன மேலோங்கியனவாகவும் இருந்தன. ஆகையால் நடைமுறைவாதிகள், கருத்தியல் பிக்குகள் என்ற வகைமைகள் இருபிரிவேனக்களிலும் மேலோங்கிய போக்குகளைச் சுட்டுவதோடு இரு வகையினரும் இரண்டு பிரிவேனக்களிலும் இருந்துள்ளனர் என்பதையும் உணர்த்துகின்றன. வித்தியாலங்கார பிக்குகள் அல்லது கருத்தியல் பிக்குகளின் நடவடிக்கைகள் பிக்குகளை உலகியல் விவகாரங்களுக்குள்ளும், அரசியலுக்குள்ளும் எவ்வாறு ஈர்த்தது என்பதை செனவிரத்தின அடுத்து விளக்குகிறார்.

தர்மபாலவின் பண்பாட்டுத்துறைகள் திட்டங்களை 1940களில் வித்தியாலங்கார பிக்குகள் முன்னெடுத்தனர். இவர்களது நடவடிக்கைகளால் ஏற்பட்ட பௌத்த தேசியவாத எழுச்சி 1956இல் பண்டாரநாயக்கவின் தேர்தல் வெற்றிக்கு உதவியது. தர்மபாலவின் 'நாடு, தேசியம், சமயம்' என்ற கோஷத்தை முன்னெடுத்த வித்தியாலங்கார கருத்தியல்வாதிகளின் செயற்பாடுகள் தமிழர்களுக்கும் ஏனைய சிறுபான்மை இனங்களிற்கும் சமத்துவமான குடியுரிமைகளை மறுப்பதான அரசியல் மேலாதிக்கம் பெற வழிவகுத்தது. வித்தியோதயப் பிக்குகளின் கிராம அபிவிருத்தி, சமய நல்லிணக்கம் ஆகிய செயற்திட்டங்கள் பின்தள்ளப்பட்டு வித்தியாலங்கார பிக்குகளின் கருத்தியல்வாதம் முன்னிலை பெற்றது.

பின்னாளில் ஏற்பட்ட சமூகக் கொந்தளிப்பு நிலை சிவில் யுத்தம், பொருளாதார நெருக்கடி என்பனவற்றிற்கு பிக்குகளின் அரசியல் பிரவேசம் ஒரு காரணியாக அமைந்தது. 1956இல் பதவிக்கு வந்த அரசாங்கம் சிங்கள பௌத்த தேசியவாதிகளுக்கு வழங்கிய வெகுமதிகளில் வித்தியாலங்கார, வித்தியோதய என்ற இரண்டு பிரிவேனக்களையும் பல்கலைக்கழகங்களாகத் தரமுயர்த்தியமை முக்கியமான ஒன்றாகும்.

மேற்குறித்த இரு பல்கலைக்கழகங்களும் இளம் துறவிகளுக்கு சமயச்சார்பற்ற பாடங்களில் (Secular Subjects) கல்வியைப் பெறுவதற்கான வாய்ப்பைத் திறந்து விட்டன. இதன் விளைவுகள் சமூகத்தளத்தில் பெரும் மாற்றங்களுக்கு வித்திட்டன.

- சம்பளம் பெறும் உத்தியோகப் பதவிகளைப் பெற்றுக் கொள்வதற்கு பட்டப்படிப்பு உதவியது. குறிப்பாக ஆசிரியர் சேவையில் பெருந்தொகையான பிக்குகள் இணைந்து கொண்டனர்.
- சுயமாக வருமானத்தைத் தேடும் நிலைக்கு மாறிய இளம் பிக்குகள் தமது தேவைகளுக்காக இல்வாழ்வோரில் தங்கி யிருக்கும் நிலையில் இருந்து விடுபட்டனர்.
- இளம் பிக்குகளின் சுயமதிப்பு உயர்ந்தது. அவர்கள் தம்மிடம் இருக்கும் ஆற்றல்களை வெளிப்படுத்தக் கூடிய உலகியல் நடவடிக்கைகளில் ஈடுபட்டனர்.

மேற்கூறிய காரணங்களால் பிக்குகள் தமது சமய ஒழுக்க நெறிகளில் இருந்த விலகி உலகியல் வாழ்விலும், அரசியலும் ஈடுபடத் தொடங்கினர். இதன் பயனாக சங்க அமைப்பு உலகியல் சார்புடையதாதல் (Secularisation of the Sangha) என்ற செயல்முறைக்கு ஆளானது. உலகியல் சார்புடையதாதல் செயல்முறை பிக்குகளின் அரசியல் பிரவேசத்தை வேகப் படுத்தியது.

பிக்குகள் பொருளாதார நடவடிக்கைகளில் ஈடுபடுவதும், லாபம் தரும் தொழில் முயற்சிகளைப் பொறுப்பேற்று நடத்துவதும் சமூகத்தில் பிக்குகள் பற்றிய பிம்பத்தை முற்றாக மாற்றியது. செனவிரத்தின இது பற்றிக் கூறுவன வருமாறு:

"இன்று பிக்குகள் சம்பளத்திற்காக ஆசிரியர் வேலை செய்கிறார்கள். சிலர் பெரு முதலீட்டுடன் கூடிய முன்பள்ளி களின் நிறைவேற்றுப் பணிப்பாளர்களாக இருக்கிறார்கள். வேறு சிலர் முதலீட்டுத் துறை நிபுணர்களாக உள்ளனர். சிலர் மோட்டார் வாகனத்திருத்த வேலை செய்யும் 'கராஜ்' உரிமை யாளர்களாகவும், வேறு சிலர் 'டாக்சி' சேவை நிர்வாகிகளாகவும் உள்ளனர். ஒருவர் தாதிமார் சங்கத் தலைவராக இருக்கிறார். வேறு ஒருவர் இசைப்பாடல்களை எழுதுபவராக பெரும் ரசிகர் கூட்டத்தைத் தன் பின்னால் வைத்திருக்கிறார். இன்னொரு பிக்கு ஓவியர். வேறு ஒருவர் சிற்பக் கலைஞர். ஒரு பிக்கு வெளிநாட்டு உல்லாசப் பயணிகளுக்குத் தியான வகுப்பு நடத்துகிறார். இன்னொருவர் 'றோட்டரி கிளப்' தலைவராக இருக்கிறார்."

எச்.எல். செனவிரத்தினவின் கட்டுரை 1990களின் நடுப் பகுதியில் எழுதப்பட்டது. பிக்குகளின் வாழ்வியல் மாற்றங்களை மேற்கண்டவாறு விபரிக்கிறார். இந்த விபரிப்பைத் தொடர்ந்து அவர் முக்கியமான குறிப்பு ஒன்றைப் பின்வருமாறு பதிவு செய்கிறார்.

'ஆசிரியர் தொழிலில் ஈடுபட்டுள்ளவர்களே பிக்குகளில் அதிகமானவர்கள். அது தவிர்ந்த, பிற தொழில்களில் ஈடுபடு வோரின் எண்ணிக்கை குறைவாகும். ஆயினும் குறைந்த எண்ணிக்கையுடையவர்களாதலால் இவர்களின் நடவடிக்கை கள் மடாலயப் பண்பாட்டில் எத்தகைய விளைவுகளை ஏற்படுத்தியுள்ளது என்பதை மறைக்கும் தன்மையுடையதாக இருக்கிறது'.

பிக்குகளில் பெரும்பாலானோர் ஆசிரியர்களாகத்தானே இருக்கிறார்கள். அவர்களில் சிலர் தொழில் முயற்சிகளில் ஈடுபடுகிறார்கள் என்றால் அது விதிவிலக்கான ஒரு விடயம் என்ற வாதம் தவறானது என்பதையே செனவிரத்தின அழுத்திக் கூறுகிறார்.

நாடு, தேசியம், சமயம்

இருபதாம் நூற்றாண்டின் அரசியல் பிக்குகள் மடாலய ஒழுக்கவிதிகள் சார்ந்த பிரச்சினைகளைத் தோற்றுவித்திருக்கி றார்கள் என்றால் அது பௌத்த சமயத்தின் உள்ளகப் பிரச்சினையாகக் கொள்ளலாம். ஆனால் அது ஓர் உள்ளகப் பிரச்சினை மட்டுமல்லாமல் இலங்கையில் சிறுபான்மைத் தேசியங்களின் இருப்புக்கு அச்சுறுத்தலான விடயமாக அரசியல் பிரச்சினையாக மாறியுள்ளது. காரணம் அநகாரிக தர்மபாலவின் வழிவரும் 'நாடு, தேசியம், சமயம்' என்ற கருத்தியல் 'இலங்கை சிங்கள பௌத்தர்களின் நாடு, இந்நாட்டில் சிறுபான்மையினருக்கு சமத்துவமான உரிமைகளுக்கு இடம் இல்லை' என்ற இன வாதமாக சிங்கள பௌத்த மேலாண்மையை அரசு அதிகாரத்தை பயன்படுத்தி நிலை நிறுத்தும் அரசியல் இயக்கமாக வளர்ச்சி யுற்றிருப்பதுதான். இலங்கை பல சமயங்கள், பல மொழிகள், பல பண்பாடுகள் கொண்ட தேசம் என்ற கருத்தை இவ்விவாதம் முற்றுமுழுதாக நிராகரிக்கிறது.

அரசியல் பௌத்தத்தின் கருத்தியலை 'நாடு, தேசியம், சமயம்' என்ற தர்மபாலவின் கோஷம் தெளிவாக எடுத்துரைக்கின்றது.

●

உசாத்துணை

செனவிரத்தினவின் இக்கட்டுரை, ஜயதேவ உயன்கொட பதிப்பித்த இலங்கை சமூக விஞ்ஞானிகள் சங்க *(S.S.A)* வெளியீடான *Religion in context, Buddhism and Socio-Political Change in Sri Lanka'* என்ற நூலில் சேர்க்கப்பட்டுள்ளது (பக்கம் 88, 101).

Richard F. Gombrich Theravada Buddhism A Social History from Ancient Benares to modern Colombo 'ரவட்லெட்ஜ்' பதிப்பகத்தின் வெளியீடான இந்நூலின் இரண்டாம் பதிப்பின் (2006) இறுதியான எட்டாவது அத்தியாயம் *CURRENT TRENDS* என்ற கட்டுரையும் (பக். 196 - 210) அண்மைக்காலப் போக்குகளின் புரிதலுக்கு உதவக்கூடியது.

- 1 ஜூன் 2023 'எழுநா'

art of socio publication
சமூகம் இயல் பதிப்பகம்

எமது வெளியீடுகள்

01. சிவசேகரம் கவிதைகள்
(1973 – 2020)
சி. சிவசேகரம்

❍

02. இலங்கை:
மீள் சிந்திப்பிற்கான சில முன்மொழிவுகள்!
சமுத்திரன்

❍

03. சர்வதேச அரசியல், பொருளாதாரம்
சமுத்திரன்

❍

04. கலை, இலக்கியம், சமூகம், அரசியல்
சமுத்திரன்

❍

05. இலங்கை தேசிய இனப் பிரச்சினை
சிங்கள பெருந்தேசிய இனவாதத்தின்
அடிப்படைகளும் மேலாதிக்கமும்
சமுத்திரன்

❍

06. இருபதாம் நூற்றாண்டின் நவீன அடிமைத்தனம்
பி.ஏ.காதர்

○

07. மலையகத் தமிழ் மக்களின் மறைக்கப்பட்ட பக்கங்கள்
பி.ஏ. காதர்

○

08. இலங்கையின் பொருளாதாரம்
அ. வரதராஜா பெருமாள்

○

09. The Sri Lankan Tamil Literary Landscape
Translated by - A.J. Ganagaratna
Edited by - R. Pathmanaba Iyer

○

10. புதியதோர் உலகம்
கோவிந்தன்

○

11. ஒப்பாரிக் கோச்சி
மு.சிவலிங்கம்

○

12. புதுவை இரத்தினதுரை கவிதைகள்

○

13. நிலக்கிளி
அ. பால மனோகரன்

○

14. உதயப் பொழுதும்
அந்தி மாலையும்
(தேர்ந்த கவிதைகள் – 1962–2022)
எம். ஏ. நுஃமான்

O

15. கவிதையும் அரசியலும்
ஈழத்து அனுபவம்
எம். ஏ. நுஃமான்

O

16. போராட்டத்தில் எனது பதிவுகள்
கணேசன் (ஐயர்)

O

17. பண்டாரநாயக்க முதல்
ஜேவிபி வரை...
க.சண்முகலிங்கம்

O

பதிப்பில்...

18. நனவிடை தோய்தல்
எஸ். பொன்னுத்துரை

O

19. உறைய மறுக்கும் காலம்
சேரன் படைப்புலகம்
ஹரி ராஜலெட்சுமி
எம். பௌசர்

O

குறிப்புகள்